No சூடு
No சொரணை

அன்புடன் ஸ்ரீ

aelay
publish

No சூடு No சொரணை
கட்டுரை
ஆசிரியர் : அன்புடன் ஸ்ரீ 2022 ©
முதல் பதிப்பு : நவம்பர் 2022
வெளியீடு : ஏலே பதிப்பகம்
5/175, பாத்திமா நகர், கூத்தென்குழி,
திருநெல்வேலி - 627104
தொடர்புக்கு : +91 9944992571

No Soodu No Soranai
Article

by   Anpudan sree 2022 ©
First Edition : November 2022
Pages: 105
ISBN : 978-93-5533-469-5
Aelay Publish
Contact : +91 9944992571
Designed by : Aelay publish team

முன்னுரை

முன்பின் புத்தகம் எழுதியவனோ பத்திரிக்கைகளில் கட்டுரைகளோ, கதைகளோ, ஏன் சிறு துணுக்குகளோ கூட எழுதிடாத, ஒரு புத்தகம் எழுத்துவதற்குரிய இலக்கணமோ, மரபோ அறிந்திடாத ஒருவன் எழுதிய புத்தகம் என்பதால் எழுத்துக்களிலோ, வாக்கியத்திலோ, சொல்லும் செய்தியிலோ பிழை இருப்பின் பொறுத்தருள்க!

உங்களை மாற்ற போகும் அதிசய புத்தகம் என்றெல்லாம் கற்பனை செய்து கொள்ளாதீர்கள்..

ஏற்கனவே நீங்கள் படித்த, கேட்ட, ஏன் உங்கள் வாழ்க்கையில் நடந்த நிகழ்வுக்காக கூட இருக்கலாம்... அதனால் பெரிய எதிர்பார்ப்புகளோடு அணுகாமல்

வாழ்க்கை என்பதே கனவுகளின் தொகுப்பு என்பதை உணர்ந்து இதோ இந்த புத்தகத்தை வசிக்கும் இந்த தருணம் மட்டுமே நிஜம் என்ற எண்ண ஓட்டத்தில் வாசியுங்கள்..

ஆம்!...

நன்றாக யோசித்தது பாருங்கள் சிறிது நேரத்திற்கு முன் நீங்கள் காபி அருந்திய தருணம் ஒரு கனவு போல தானே!.. நீங்கள் உறங்கும் போது வரும் கனவுக்கும் அந்த நிகழ்விற்கும் அப்படி என்ன பெரிய வித்தியாசம் இருந்து விட போகிறது??..

- அன்புடன் ஸ்ரீ
தொடர்புக்கு-9003467090

1. No சூடு! No சொரணை!

தோல்வியடையும் போதும், நாம அவமானம் படும் போதும்

நம்மல கிண்டல் கேலி பேசுறவங்களை பாக்கும் போது

ஆத்திரம் ஆத்திரமா வரும்...

நம்மல பத்தி தப்பா வத்தி வைப்பானுங்க!.

நம்மகிட்ட வந்து நல்லவங்க மாதிரியே பேசுவாங்க!.

அப்போ எல்லாம் உங்களுக்குள்ள ஒருவிதமான கோபம் வரும்..

ஆனா...

எதுக்குமே ரியாக்ட் காட்டாம..

லைப்ல ஜெயிக்குறதுல மட்டும் *Concentration* பண்ணுங்க!.

"மாறா" நீ ஜெயிச்சிட்ட மாறான்னு..

சொல்ற நாள் வரைக்கும் வெயிட் பண்ணுங்க...

பட்ட அவமானம், வலி துன்பத்துக்கு எல்லாம் சரியான பதிலடி அந்த ஒருநாள் தான்!..

தயவு செய்து பொறுமையா இருங்க.

பொறுமை ரொம்ப அவசியம்

வாழ்க்கையில ஜெயிக்கிறதுக்கு!.

இந்த பூமி தாயை போல!..

உங்களை கிண்டல் பண்றவங்களை பத்தி என்ன நினைக்கிறீங்க?..

நான் பெரிய பெரிய நடிகர்களை மிமிக்ரி பண்ணி கிண்டல் பண்ணி நிறைய மேடைகளில் நிகழ்ச்சி நடத்தி இருக்கிறேன்..

இன்னைக்கு என்னைய நிறைய பேர் கிண்டல் பண்றாங்கன்னா நான் வளர்ந்திருக்கேன்னு அர்த்தம்!..

-சிவகார்த்திகேயன்

இங்கே இருக்கும் பெரிய பெரிய தலைவர்கள் எல்லாருமே கிண்டலுக்கும் கேலிக்கும் ஆளானவர்களே!.

ஒரு கட்டம் வரைக்கும் தான் அந்த கேலிகளும் நக்கல்களும் உங்களுக்கு தெரிய வரும்..

ஒரு கட்டத்திற்கு மேல அப்படி கிண்டல் கேலிகளை கவனிக்க கூட உங்களுக்கு நேரமிருக்காது...

அவ்வளவு உயரத்திற்கு போய்விடுவீர்கள்!.

வாழ்க்கையில ஜெயிக்கணும்ன்னா உங்கள் இலக்கை அடையனும்ன்னா எல்லா மேடைகளிலும் நான் சொல்ற ஒற்றை வார்த்தை *No* சூடு! *No* சொரணை!

நாம எப்பவுமே மத்தவங்க பேசுறதுக்கு ரியாக்ட் பண்ணாம *"Focus on your own path"* ன்னு போனீங்க அப்படினா *Peaceful* ஆ *survive* பண்ணலாம்... ஒன்ன நல்லா புரிஞ்சுக்கோங்க

நம்மை வீழ்த்துவதற்கு சின்ன ஆயுதம் போதும்..

"ராட்சசன்" படத்துல வர்ற வசனம் மாதிரி தான்... அதாவது நம்ம சமநிலையை உடைக்கிறது...நம்ம உணர்வுளை தூண்டுறது.. இதை புரிஞ்சிகிட்டோம்னா *Calm ah* இருக்கலாம்.

இல்லனா அடுத்தவங்களுக்கு பதில் சொல்றதே மிகப்பெரிய *Depression ah* வந்து நிக்கும்...

So Ignore negatives....

"Never mind those who bark at you"

உங்களை கோபப்படுத்த கெட்ட வார்த்தையால் பேசி பேசி உங்களை அவமானப்படுத்தி உங்களை ஊசுப்பேற்றுபவர்களை கண்டு பதிலுக்கு பதில் மல்லுக்கட்டாதீர்கள்!... வாக்குவாதம் முற்றி ஒருக்கட்டத்தில் அது கொலையில் கூட முடியலாம்.....

எப்பொழுதுமே *first crime is emotional crime* ஆக தான் இருப்பதாக ஆய்வுகள் குறிப்பிடுகின்றன...

ஒரு உயிரை எடுப்பது தான் பழிவாங்குதல் என்று நினைக்காதீர்கள்!..

அசிங்கமாக பேசியவனை திரும்ப அசிங்கம் அசிங்கமாக பேசுவது தான் சரியான பதிலடி என்று நினைக்காதீர்கள்!..

ஒன்றை நன்றாக புரிந்துக்கொள்ளுங்கள் உங்களை வசைப்பாடுவதும் சண்டைக்கு இழுப்பதும் உங்களை வாழ விடாமல் செய்வதற்கு தான்!..

அந்த நோக்கத்தை முறியடித்து

வாழ்ந்துக் காட்டுங்கள்..

உலகத்தின் ஆகச்சிறந்த பழிவாங்கலும், வன்முறையும் எதுவென்றால் அவமானப்படுத்தியவர்கள் முன்னால் வாழ்ந்து காட்டுவது தான்!..

மௌனம்.
கோபத்திற்கு மிகச் சிறந்த பதில்

இதை உணர்ந்து சொல்லில் உங்கள் கோபத்தை காட்டாமல் வாழ்ந்து காட்டுங்கள்.

இன்னோரட மகன்னு சொல்லி அதன் சப்போர்ட்டில்,ஏதோ ஒரு பிடிமானத்தோட அப்பா,தாத்தா சொத்துக்களை வைத்து வளர்வதும் பெரிய பெரிய ஆளுமைகளாக உயர்வது பெரிய சாதனையல்ல...

ஒன்னுமே இல்லாம மைனஸ்ல போற வாழ்க்கையில சொந்தக்காரன்,சொக்காரன் தொடங்கி கூட வேலை பாக்குற அத்தனை பேரோட கேலிக்கும்,கிண்டலுக்கும் ஆளாகி எந்த பிடிப்பும் இல்லாம சுயமா விழுந்து, விழுந்து,அடிவாங்கி அடிவாங்கி தோத்து, தோத்து கஷ்டமும் கடனுமாக வாழ்ந்து நொந்து நூலாயி, துரோகிகளையும், எதிரிகளையும் சமாளிச்சு மேல ஏறி வர்ற ஒருத்தனோட வளர்ச்சியை இந்த சமூகமும்,பெரும் புள்ளிகளும் அங்கீகரிப்பதில்லை..

ஆண்டைகள் அன்றும் இருக்கிறார்கள், இன்றும் இருக்கிறார்கள்!.. எல்லாத்தையும் சமாளிச்சு தான் ஆகணும்.. வேற வழி இல்ல ராஜா!

என்ன பண்றது ?..ம்ம்

வாழ்க்கை எதுவாக இருந்தாலும் எப்படியாக இருந்தாலும் வாழ்ந்து தான் ஆகணும்!.

அதை கொஞ்சம் மனதார ஏற்றுக்கொண்டு வாழ்வோம்!..

நம்மளோட வாழ்க்கை

#கான்வெண்ட் ஸ்கூலுன்னு நினைச்சீங்களா???..

இந்த பையன் நல்லா படிப்பானா இவனோடோ #IQ லிவல் எப்படி??.. இவங்க அப்பா அம்மா எப்படின்னு பார்த்து பார்த்து அவிங்களுக்கு டெஸ்ட் வச்சி இன்டர்வியூ வச்சு நல்லா படிக்கிற பசங்களா பொறுக்கி எடுத்து எங்க ஸ்கூல் தான் 100% தேர்ச்சி பெஸ்ட் ஸ்கூல்ன்னு பீத்திக்கிற மாதிரி...

நம்ம வாழ்க்கை எல்லாம்

ஒன்னுக்கும் வழியில்லாத பசங்களையும் மக்கு பசங்களையும் கஷ்டப்பட்டு படிக்க வச்சு அவங்கள ஓரளவுக்கு தேத்தி விட்டு பாஸ் பண்ண வைக்கிற கவர்மெண்ட் ஸ்கூல் மாதிரி!!!!...

கஷ்டங்களை எல்லாம் கடந்து தான் ஆகனும்..

என்ன வந்துற போதுன்னு #தில்லா நிக்கனும்...

சும்மா புலம்பிக்கிட்டே இருக்க கூடாது...

அவ்வளவு தான்!..

வாழ்க்கை முடிந்துவிட்டது..என்று யார் சொன்னாலும்

அவங்கிட்ட தன்னம்பிக்கையோட சொல்லுங்க!..

#Definitely_not

இன்னும் முடிந்துவிடவில்லை என்று..

தயக்கம் தவிர்!

இதுல இன்னும் சில பேர் இருக்காங்க...ரொம்ப தூரம் போகணுமேன்னு தயங்கிக்கிட்டே இருப்பாங்க!... தயங்கி நின்னா ஊர் போய் சேர முடியுமா?..வளர தான் முடியுமா?..

போகவேண்டிய தூரம் அதிகம் தான்...

ஆனால் அதற்காக முதற்படி எடுத்து வைக்க தயங்காதீர்கள்!..

நிறைய தோல்விகள் வரலாம்.... ஆனால் கிடைக்கிற சின்ன சின்ன வெற்றிகளையும் சந்தோசங்களையும் மோட்டிவா எடுத்துக்கிட்டு அடுத்த கட்டத்தை நோக்கி போங்க!..

வெற்றி என்பதற்கும், சாதனை என்பதற்கும் இது தான் அளவுகோலுன்னு எதுவுமே இல்லை...

நேற்றை விட இன்று ஒருபடி மேல இருக்கமா அது தான் விசயம்....

இந்த வருடம் சிறப்பான பல அனுபவங்களை தந்திருக்கும்... இனிவரும் காலமும் நன்மைகள் நிறைந்த பல்வேறு அனுபங்களை காலமும், பிரபஞ்சமும், ஆழ்மனமும் தரப்போகிறது.... எல்லாவற்றிருக்கும் நன்றி சொல்லுங்கள்...

உங்கள் மீதான நம்பிக்கையை என்றுமே கைவிடாதீர்கள்!..

உங்களை நீங்களே நம்பவில்லையென்றால் யார் நம்புவார்கள்?...

"சில சமயங்களில் நம் திட்டங்கள் பலவும் தோல்வியில் முடியலாம்...ஆனாலும் சின்ன சின்ன வெற்றிகளும் கிடைத்திருக்கும்...அந்த சின்ன வெற்றிகளை மனதில் கொண்டு விடாமல் முயற்சி செய்யுங்கள்..அதுவே உங்களை உயிர்ப்புடன் வைத்திருக்கும். *Survival can be summed up in three words.*

never give up.that's is the heart of it really.just keep trying...-bear grylls

என்னுடைய அனுபவத்தில் சொல்றேன்...

உழைத்துக்கொண்டே இருங்கள்...

முக்கால் தூரம் போயிட்டு இனிமேல் காடுதான்னு முடிவு பண்ணி திரும்பிடாதீங்க!..

1 பர்லாங்குல ஊர் இருக்கும்..அப்புறம் வருத்தப்படுற மாதிரி ஆயிடும்...

நானும் நாகேஷ் எல்லாம் கடைசி வரைக்கும் முட்டி மோதினோம்...என்னைக்காவது ஒருநாள் வெளிச்சம் வரும்ன்னு..

வடியாத வெள்ளமில்லை..விடியாத. இரவில்லை...

- "வாலிப கவிஞர்" வாலி

உங்கள் காயங்களுக்கு மருத்துவர் மருந்திடுவார்...

இறைவன் அதை குணப்படுத்துவார்..

இறை நம்பிக்கையற்றவர்கள் இறைவன் என்ற இடத்தில் நம்பிக்கையை பயன்படுத்துங்கள்..

காரணம்..

உங்கள் நம்பிக்கை தான் உங்களுக்கான வலி நிவாராணி..

அது கடவுள் மீதோ இல்லை உங்கள் மீதோ!..

கட்டாயம் இருந்தாக வேண்டும்...

இப்படியாக

மிகப்பெரிய

வெற்றியாளர்கள், சான்றோர்கள், மகான்கள், ஞானிகள்
காட்டும் ஆகப்பெரிய வழி ஒன்றே ஒன்று தான்!..

அது.....

....

....

.

.

.

.

.

.

.

.

.

.

.

.

.

.

.

.

.

.

.

.

மீண்டும் மீண்டும் நம்பிக்கையுடன் முயற்சி
செய்யுங்கள்!....

(நம்மில் பலருக்கு இந்த மாதிரியான விடயங்களில் நம்பிக்கை அதிகம்...மருத்துவரை பார்க்க செல்லும் மக்களில் 75 சதவீத மக்கள் தங்களுக்கு நோய்

வந்துள்ளதாக நினைத்துக் கொண்டு செல்கிறார்கள் ..... மேலும் அவர்கள்

பத்திரிகைகள், மற்றும் விளம்பரங்களில் வரும் நோய் சம்மந்தமான பதிவுகளை

பார்த்து பயந்து தனக்கும் அந்த நோயின் அறிகுறி இருப்பதாக பயந்து போய்

மருத்துவர்களை பார்க்க செல்வதாக 2000ம் ஆண்டில் நடைபெற்ற ஆய்வில்

தெரிவிக்கப்பட்டுள்ளது.

இப்படியான பயமும் நோயினை ஏற்படுத்துமாம்... .நம்பிக்கை வைக்க சொல்லிவிட்டான் என்று கண்டதையும் நம்பி விட்டு என்னை குற்றம் சொல்லாதீர்கள்.!)

நான் 10 ரூபாய் சேர்த்த போது

சந்தை மதிப்பு 100 ஆக இருந்தது..

என் கையில் 100 ரூபாயை கையில் வாங்கும் போது சந்தை மதிப்பு 1000மாக வளர்ந்து விட்டது...

சரியென்று முட்டி மோதி 1000 ரூபாயை கண்ணில் பார்ப்பதற்குள் சந்தை விலையோ 10,000 ஆக பல்கி பெருகி விட்டது...

அட!..

விடக்கூடாதென்று ஓட்டமும் நடையுமாக மூச்சு வாங்க ஓடி ஓடி சம்பாதித்து 10,000 த்தை பொரட்டி இடம் வாங்க சென்றால் இடத்தின் மதிப்போ 1லட்சம் என்றார்களே பார்க்கலாம்!!!.

ஆனாலும் உன்னை விட போவதில்லையென்று பணத்தோடு போட்டி போட்டுக்கொண்டு அலையாய் அலைந்து எங்கெங்கெல்லாமே சுற்றி வந்து லட்சம் ரூபாயை கெத்தாக நீட்டினால் அதெல்லாம் அப்போ இப்போ 10 லட்சம் என்று அனாசியமாக பேசுகிறார்கள்....அதிர்ச்சியெல்லாம் கண்டால் வேலைக்கு ஆகாதென்று

மார்க்கெட் வேல்யூவை சமமாக்கி நானும் இந்த சமூகத்தில் வேல்யூவாக மாற வேண்டுமென்று முடிவெடுத்து களமிறங்கி நின்று காலரை தூக்கி விட்டு 10 லட்சத்தை எடுத்து காட்ட

உலகம் என்னை பரிகசித்தது...

எந்த காலத்துல இருக்க?..

இப்போ சந்தை மதிப்பு கோடிக்கு போயிடுச்சு என்றார்கள்..நமட்டு சிரிப்போடு....

ஆனாலும் தன் முயற்சியில் சற்றும் மனம் தளராத விக்ரமாதித்தன் நான்..விடுவதாயில்லை...

இப்படிக்கு

சாமானியன்...(அன்புடன் ஸ்ரீ)

புலம்பிக்கொண்டே   இருப்பவர்களுக்கும் வாழ்க்கையில் சோக கீதம் வாசிப்பவர்களை பார்க்கும் போது ஒரு விஷயம் தான் நியாபகத்திற்கு வருகிறது...

சமீபத்தில் ஏதோ ஒரு காரணத்திற்காக குடும்ப சூழல் சரியில்லாமல் ஹோமில் வளரும் குழந்தைகளுக்கான நிகழ்வில் நான் அவர்களுக்கு குறிப்பிட்ட ஒற்றை விடயம்

ரஜினிகாந்த் ஒரு விழா மேடையில் கூறிய வார்த்தைகள் தான்..

"பிரதிஷ்டை   செய்யப்பட்ட   லிங்கத்தை   விட சுயம்புவாக   உருவான   லிங்கத்திற்கு   சக்தி" அதிகம்..உங்களை நீங்களே உருவாக்கிக் கொள்ளும் சுயம்பு நீங்கள்.

பிரச்சனைகளை   எதிர்கொள்ளவும்,தோல்விகளை தாங்கிக்கொள்ளவும்,யாருடைய   துணையில்லாமல் வாழ்வை எதிர்கொள்ளவும் சக்தி படைத்தவர்கள் நீங்கள்...

தலைமுடியை வெட்ட சொன்ன காரணத்திற்காகவே தற்கொலை செய்து கொண்டவர்களுக்கும் பைக் வாங்கிக்கொடுக்கவில்லை என்ற காரணத்திற்க்காக உயிரை   மாய்த்துக்கொள்ளும்   தலைமுறை இளைஞர்களுக்கு தெரியாது வாழ்க்கை எத்தகைய போராட்டம் நிறைந்ததென்று..

எத்தனை எத்தனை உறுதியான மனம் கொண்டவர்கள் நீங்கள் என்பதை உலகிற்கு பறைச்சாற்ற பிறந்தவர்கள்... என்று தன்னம்பிக்கை விதைகளை விதைத்து

கொண்டிருந்தேன்... அந்த குழந்தைகள் அவ்வளவு ஆனந்தமாக இருந்தார்கள்

அவர்கள் அத்துணை கஷ்டங்களுக்கும் நடுவிலே கூட சிரித்த முகத்துடன் சந்தோசமாக இருக்கும் போது அப்படி என்ன துன்பத்தை அனுபவித்து விட போகிறீர்கள்?.

Safezone ல் வாழும் பல இளைஞர்கள் ஒரு முறையேனும் இவர்களின் வாழ்வை வாழ்ந்து பாருங்கள்.....

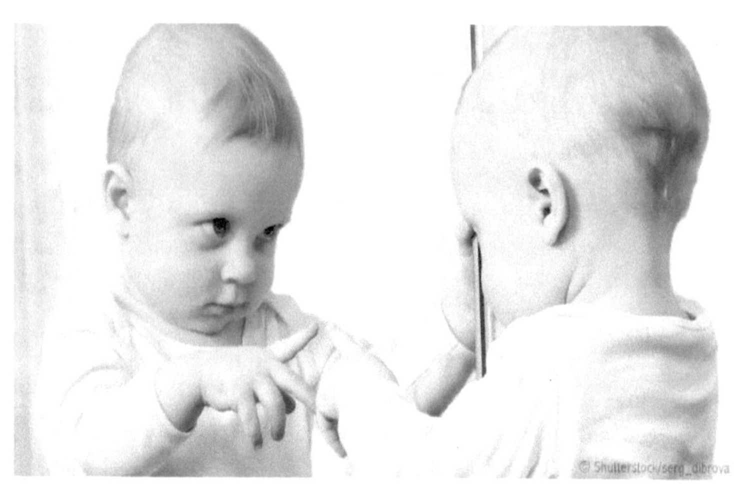

ஹலோ சார்! நீங்க அஜித் மாதிரி இருக்கீங்க!!..

உங்களை உங்களோடு மட்டுமே ஒப்பிடுங்கள் . உங்களை போன்றவரைகளோடு அல்ல..

ஏன் என்றால் உங்களை போல ஏழு பேர் இருப்பதாக சொல்லுவாங்க... இருக்கலாம்...

உதாரணத்திற்கு ரஜினி மாதிரி.கமல் மாதிரி,விராட் கோலி மாதிரி நிறைய பேர் இருக்காங்களே!!..முக சாயல் அப்படியே இருக்கலாம்..

வெறும் முக சாயல் மட்டுமே நீங்களாகிட முடியுமா?...நன்றாக கவனித்து பாருங்கள்...

உங்களை பார்த்து ஒருவர் நீங்க ஆச்சு அசல் "அஜித் மாதிரியே இருக்கீங்கன்னு சொன்ன சந்தோச படாதீங்க..

ஏன்னா!!..இங்க அஜித் ஏற்கனவே இருக்கிறார்.. ஆனால் நீங்கள் ரமேஷ் ஆயிற்றே!!..அஜித் சாயலில் ரமேசுக்கு என்ன வேலை ?..அப்போ உங்க ரோல் என்ன அஜித்திற்கு டூப்பா ?....

கொஞ்சம் யோசிங்க!!...நீங்கள் நீங்களாகவே மேலேறி வருவது தான் தனித்துவம்.இல்லை அவரை போலவே தான் நீங்கள் எனில் நீங்கள் நகல் தான்..

இப்பொழுது சொல்லுங்க...நீங்க தங்கமா இருக்க நினைக்கிறீர்களா?..இல்லை தங்கம் போலவே இருக்கும் கவரிங் *ah* இருக்க போறீங்களா.?...

வாழ்தல் இனிது

ஒருவர் ஆலோசனைக்கு வந்திருந்தார்...

அவரின் சிக்கல்களை மனம் விட்டு கூறிய போது ஒன்று மட்டும் விளங்கியது...

அந்த பிரச்சனை நம்மில் பெரும்பாலானோருக்கு இருக்கிறது...

அது என்னவென்றால்

நம்மை நிரூபிக்க முயல்வது....

எல்லா இடங்களிலும் எல்லா தருணங்களிலும் எல்லா மனிதர்களிடமும் நம்மை நிரூபிக்க நாம் எத்தனிக்கும் போது அங்கே பிரச்சனையை நாமே உருவாக்க முயல்கிறோம் என்பதை உணர மறுக்கிறோம்...

சிலர்

அன்பை நிரூபிக்க, நல்லவன் என்ற பிம்பத்தை நிரூபிக்க போராடுகிறார்கள்....

சில விசயங்களை,சில வாதங்களை, நம் பிடிவாதங்களை அடுத்தவருக்கு நிரூபிக்க முயல்கிறோம்..

இப்படி ஒவ்வொரு தருணத்தையும் நிரூபிக்க முயன்று கடைசியில்

நமக்குள் ஒரு மனஅழுத்தத்தை உருவாக்கவிடுகிறது... அது கோபமாகி விடுகிறது.. அடுத்தவர்கள் நம்மை புரிந்துக்கொள்ளவில்லையே என்ற ஏமாற்றம் ஏற்படுகிறது... பல்வேறு வகையான உளவியல் சிக்கல்களை அது ஏற்படுத்துக்கிறது...

எல்லா நேரங்களிலும் நிரூபிக்க முயல்வதை நிறுத்திவிட்டு உங்கள் கடமையை சரியாக செய்யுங்கள். காலத்தின் கையில் பாரத்தை இறக்கி வைத்துவிடுங்கள்.

காலம் தான் எல்லாவற்றிருக்கும் அருமருந்து.அது உணர்த்தும்.

வாழ்க்கை நிரூபிக்க கேண்டியதல்ல..அது உணரப்பட வேண்டியது...

ஏனெனில் #வாழ்தல்_இனிது

சிலர் எல்லாருக்குமான மனிதராக வாழ முயற்சி செய்கிறார்கள்..எவ்வளவு அபத்தமானது.

எல்லோருக்குமான மனிதனாக வாழ்தல் கடினம்!.

இறைவனுக்கே அந்த வரம் கிடைக்கவில்லை..

உங்களை நாற்பது பேருக்கு பிடிக்காது என்பதற்காக உங்களை நீங்களே வெறுத்து விடாதீர்கள்!..

உங்களை நேசிக்கும் நானூறு பேர் இருக்கிறார்கள்..

எல்லோருக்கும் பதில் சொல்லிக் கொண்டிருக்காதீர்கள்!.

உங்கள் பாதையில் கிடக்கும் முள் உங்கள் பாதத்தில் குத்தினால் அதை அப்புறப்படுத்த வேண்டுமே இன்றி அதனுடன் தர்க்கம் செய்வது மடமையயல்லவா?..

அதையும் மீறி உங்களை விமர்சிப்பவர்களுக்கு பதில் கொடுத்தே தீர வேண்டும் என்று நீங்கள் நினைத்தால்

எல்லோருக்குமான ஒற்றை பதில் உங்கள் புன்னகையாக இருக்கட்டும்!.

வாழ்தல் இனிது!..

நீங்கள் எதை நினைத்து கவலைக்கொள்கிறீர்கள்?.
எதற்காக இத்தனை சோகம்?..
எதற்காக இத்தனை அழுகை?..
எதற்காக இத்தனை புலம்பல்?.
கப்பலா கவிழ்ந்து விட்டது?..

என்றுமே நாம் கொஞ்சம் நிதானத்தை இழக்காமல் இருந்து உணர்ச்சிவசப்படாமல் அமைதியாக சிந்தித்தாலே எதையும் சமாளிக்கலாம்...

ஆனால் சின்ன விசயம் நடந்திருக்கும்..

அதை கொஞ்சம் பொறுமையா கையாண்டிருந்தா *Take it easya* கடந்து போயிருக்கலாம்..

ஆனா அதுக்கு கண்ணு காது மூக்கு வச்சு பூதகரமாக்கி அதை பெரிய பிரச்சனையாக்கி நமக்கு நாமே துன்பத்தை விளைவித்துக்கொள்கிறோம்.. சில விசயங்கள் சில நாட்கள் கழித்து யோசிக்கும் போது

"ச்சே...கொஞ்சம் பொறுமையா இருந்திருக்கலாம்" ன்னு தோணும்..

மகிழ்ச்சியாக வாழ்வதற்கு பெரிய கம்பசூத்திரம் தேவையில்லை..

சற்றே பொறுமை இருந்தால் போதும்..

மலை அளவு பிரச்சனையிலும் முகத்தில் புன்னகை மலர்ந்திருக்கும்..

மனிதன் பொதுவாகவே அவன் வாழ்வில் நடக்கக்கூடிய எதிர்மறை விஷயங்களை மட்டுமே அதிகம் சிந்திக்கிறான்...

அவனுக்கு நடக்கக்கூடிய கெட்டதை மட்டுமே பெரிதாக எண்ணுகிறான்..

ஆனா அவன் வாழ்வில் ஏகப்பட்ட நன்மையான செயல்கள், நிகழ்வுகள், சந்திப்புகள், வாய்ப்புகள், நெகிழ்வுகள் எல்லாம் நடந்திருக்கும்....

ஆனா பாழாய் போன மனம் அதையெல்லாம் மறந்துவிடும்..

நல்லதில் உள்ள கெட்டதை ஏற்கும் மனம் கெட்டதில் உள்ள நன்மை மறந்துவிடுகிறது..

சுருக்கமா சொல்லனும்னா

"தலைக்கு வந்தது தலைப்பாகையோட போச்சு"ன்னு எப்போ சிந்திக்க ஆரம்பிக்கிறீங்களோ அப்பவே உங்க கவலைகள் உங்களை விட்டு போய் விடும்..

முடிந்தவரை எண்ணங்களை நேர்மறையாக வைத்துக்கொள்ளுங்கள்..

அது ஒன்றே போதும்.

யாருக்கு எதிர்காலத்தை

நினைத்த பயமில்லை?..

எல்லாவருக்கும் இங்கு பிரச்சனை உண்டு..

அதற்காக எப்பொழுதுமே சோககீதம் வாசிக்காதீர்கள்!.

உங்களுக்கு பிடித்ததை செய்யுங்கள்..ஆடுங்கள், பாடுங்கள், உங்களை மகிழ்வாய் வைத்திருக்கும் அத்தனை செயல்களையும் செய்ய தவறாதீர்கள்!.

அதுவே உங்களை உயிர்ப்போடு வைத்திருக்கும். சில சமயங்களில் சூழ்நிலைகள் பிரச்சனைகளை தானே சரிசெய்துக் கொள்ளும்...

நாம யோசிப்போம் இதை எப்படிடா சரி பண்ண போறோம்ன்னு!.

ஆயிரம் ஆயிரம் கவலைகளோட என்னடா பண்ணப் போறோம்ன்னு விழி பிதுங்கி நிற்போம்!.

ஆனா அந்த பிரச்சனை ஈஸிசா சால்வ் ஆயிடும்...

ச்சே!..

இதுக்கா இவ்வளவு டென்சன் ஆனோம்ன்னு அப்புறமா பீல் பண்ணுவோம்!..

இதற்கு பெயர் தான் தற்செயலுக்கு பின்னால் ஒளிந்திருக்கும் கடவுள்... அதை உணர்ந்தாலே போதும்.

ஏனெனில் #வாழ்தல்_இனிது

> (பிரச்சனைகள் குறித்து தூங்கமா யோசிக்கிறத விட தூங்கி முழிச்சா நல்லா விடை கிடைக்கும்..)

#மாநாடு போன்ற திரைப்படங்களை பார்த்து நாமும் இந்த மாதிரி டைம் லூப்பில் சிக்கிக்கொண்டால் எந்த எந்த தவறை திருத்த முடியுமென்று யோசித்து அதை சரி செய்ய வாய்ப்பு கிடைத்திருக்குமென்று நம்மில் பெரும்பான்மையானவர்கள் சிந்தித்திருப்போம்!..

அதுபோலவே

டைம் மிசின் கிடைத்தால் நம்மில் பெரும்பான்மையானவர்கள் தேர்ந்தெடுக்கும் காலம் கடந்த காலமாக தான் இருக்கும்..

கடந்த காலத்திற்கு திரும்ப முயற்சிக்கும் சிந்தனை மேலோங்க காரணம்!

நாம் கடந்த வந்த காலங்கள் தான் நம் பசுமையான நினைவுகளை தாங்கி வந்திருப்பதாக நம்புகிறோம்!.

நிகழ்காலத்தை நம்மில் பலரும் நிறைவானதாக உணர்வதில்லை..

கஷ்டமானதாக வேதனை நிறைந்ததாகவே உணர்கிறோம்...

ஆனால் அதே நிகழ்காலத்தை பத்து வருடம் கழித்து திரும்பி பார்க்கும் போது "பத்துவருசத்துக்கு முன்னாடி கஷ்டப்பட்டாலும் கொஞ்சம் நிம்மதி இருந்துச்சுன்னு"...தான் மனசு அசைப்போடும்.

அந்த வாழ்க்கை திரும்ப கிடைக்காதா என்று தான் ஏங்கும்...

இதில் வேடிக்கை என்னவென்றால் இன்றைய நிகழ்காலம் தான் நாளைய கடந்த காலம் என்பதை நாம் உணர்வதில்லை...

ஆக!.

நிகழ்காலத்தை உணர்வுபூர்வமாக வாழ பழகிக்கொண்டாலே வாழ்வை ரசிக்க தொடங்கிவிடுவோம்!.

ஏனெனில் வாழ்தல் இனிது!.

இந்த வருடம் நீங்கள் எங்கெல்லாம் பயணித்தீர்கள்?.

உங்கள் மன அழுத்தம், இறுக்கம் போன்றவற்றை குறைத்திடும் ஆகச்சிறந்த மருந்து *travel* செய்வது தான்!...

Travel என்பது வாகனம் ஓட்டும் டிரைவர் வேலை என்பது போன்றதோ இல்லை ஓரிடத்தில் இருந்து மற்றொரு இடத்திற்கு நகர்தல் என்பது போன்றதல்ல...

பெரும்பாலானவர்கள் பல இடங்களுக்கு செல்கிறார்கள்...வெறுமனே நாலு செல்பி எடுத்து அதை முகநூலில் பகிர்ந்தால் போதும் அது தான் சுற்றுலா என்று நினைக்கிறார்கள்..

இல்லையென்றால் எந்த பிரச்சனையும் இன்றி சரக்கடிக்கவும் கும்மாளம் அடிக்கும் இடமாகவுமே சுற்றுலாவை விரும்புகிறார்கள்...

அதுதான் டிராவலின் அதிகபட்ச நோக்கமாகவே இருக்கிறது...

ஆனால் உண்மையில் டிராவல் என்பது

ஒரு "தொல்லியல் ஆய்வாளர்"தஞ்சை பெரியகோவில் போன்ற பழங்கால கோவில்களை பார்வையிடுவது போன்றது...

அணு அணுவாக ரசித்து மகிழ வேண்டிய பொன்னான தருணம்...

ஆத்ம திருப்தி அடையும் உள்ளார்ந்த தியான நிலை...

இனியேனும் டிராவல் பிடிக்குமெனில்

பிறந்த குழந்தை உலகை காணும் அத்தனை ஆச்சரியத்தோடு காணுங்கள்... அத்தனை மகிழ்வாயும் மனதிற்கு நெருக்கமாயும் பயணம் அமையும்...

அதை விட மது "போதை" தந்து விட போகிறதா என்ன?..

ஏனெனில் வாழ்தல் இனிது...

அதிசயமாக, ஆச்சரியமாக, பிரம்மிப்பாக, பார்க்கக்கூடிய விசயம் என்ன தெரியுமா?....

உதாரணத்திற்கு நிலவானது காணாமல் போய்விடும் என்று ஒரு செய்தி உலாவந்தால்??..

அதை ஒரு ஆச்சரியமான விடயமாக ஊரெல்லாம் பேசுவார்கள்...

என்றுமில்லாமல் அன்று வானத்தை அண்ணாத்து பார்ப்பார்கள்....

அந்த செய்திக்கு மாற்றாக நிலவு தெரிந்தால் அது அதிசயமாக தோன்றும்...

கைகளைத்தட்டி ஆராவாரம் செய்வார்கள்....

ஆனால் நிஜமென்ன? ..

அந்த நிலவானது அதே இடத்தில் பலகோடி ஆண்டுகளாக இருக்கிறது...

ஆக!...

இந்த பிரபஞ்சத்தில் தினம்தோறும் இயற்கையாக நிகழும் அத்தனையும் அதிசயமே!.

வைரமுத்து சொல்வது போல...

பூவுக்குள் ஒளிந்திருக்கும் கனிக்கூட்டம் அதிசயம்!.

வண்ணத்து பூச்சி உடம்பில் ஓவியங்கள் அதிசயம்!.

நித்தம் நித்தம் அதிசயமே!.

இந்த பிரபஞ்சமே அதிசயமே!..

ஒவ்வொருநொடியும் அதிசயத்தை உணரும்போது வாழ்வை இரசிக்க பழகிவிடுவீர்கள்!.

எல்லாவற்றையும் காதலுடமும் பிரம்மிப்புடனும் பார்க்கத் தொடங்குவீர்கள்!..

அதிசயம் என்பது என்றோ நிகழ்வதல்ல...

வாழ்வின் ஒவ்வொரு நொடியிலும் நிகழ்வது...

ஏனெனில் #வாழ்தல்_இனிது!.-

எப்போதாவது மழையில் நனைத்திருக்கிறீர்களா?.. உங்கள் குழந்தைகளை மழையில் நனைய அனுமதித்ததுண்டா?..

மழையில் நனைந்தால் காய்ச்சல் வரும்,ஜலதோசம் பிடிக்கும் என்று உங்கள் வீட்டு குழந்தைகளை தடுத்து விடாதீர்கள்!!!.

மழையில் ஆனந்த நடனமாட அனுமதியுங்கள்...

மழையை மழலைகள் வரவேற்கும் போது அந்திமழை மீண்டும் மீண்டும் பொழியும் ஆனந்தத்தோடும் உற்சாகத்தோடும்.!!..

எனக்கு விபரம் தெரிந்து எப்போது மழை பெய்தாலும் நனைந்து கொண்டே தான் இருப்பேன்...

இதுவரை மழையில் நனைந்ததால் காய்ச்சல் வந்ததே இல்லை..

வான்மழையை நேசியுங்கள்!!.

அது இயற்கையின் அருட்கொடை!!!..

மண்ணிற்கு ஆதாரம்!!..

உயிரினங்களின் உயிர்த்துடிப்பு!!..

இறைவனின் கருணை!!.

தம்பதிகள் இரண்டு பேர் குடும்ப பிரச்சனை காரணமாக என்னை அணுகினர்....

காதலாகி கசிந்துருகி கண்ணீரில் நடந்த திருமணம்....

அடுக்கடுக்காய் ஒருவர் மீது ஒருவர் குற்றம் சுமத்திக்கொண்டே சென்றனர்....

உருகி உருகி காதலித்த தம்பதிகளிடமா இத்தனை பிரச்சனைகள்?..வியப்பும்,அதிர்ச்சியுமாய் நான்...

தொடர்ந்து அவர்களை பேசவிட்டு வேடிக்கை பார்த்ததில் அவர்களின் பிரச்சனைக்கான ஆணிவேர் எங்கிருக்கிறது என்பது கண்டுபிடித்தேன்...

அதன் பொருள் இது தான்....

எத்தனை பேரழகியாக இருந்தாலும் மிகவும் நெருக்கத்தில் பார்த்தால் கரும்புள்ளிகளும், சுருக்கங்களும்,

இறந்த செல்களின் நீட்சிகளும் தெரியும்...

கொஞ்சம் தூரமாய் நின்று பார்த்தால் ஒழிய அழகானவை கூட அழகின்மையாய் தெரிய வாய்ப்பு அதிகம்...

அதுபோல தான் உறவுகளும் நட்புகளும் போதுமான இடைவெளி இல்லையென்றால் அது ஆரோக்கியமாக இருக்காது....

அது எந்த உறவு என்பதை பொறுத்தே அந்த இடைவெளியின் அளவுகோல் இருக்கிறது...

அன்பு,உறவு, உரிமை,அக்கறை என்கின்ற பெயரில் அடுத்தவர்கள் மீதான நம் ஆளுமையும்,அதீதமாக அவர்கள் தனிப்பட்ட விடயத்தில் மூக்கை நுழைப்பதும்,அவர்களை மீதான அந்த *Dominate* அதை

ஆதிக்கம் என்பதே உணராத போக்கு இவை தான் விரிசலுக்கு காரணமாக அமைகிறது...

புத்தனிடம் கேட்டார்கள்......

ஆசைக்கும், நேசிப்பதற்கும் என்ன வித்தியாசம்?..

புத்தனின் பதில் மிகவும் எளிமையானது....

நீங்கள் பூவின் மீது ஆசைக்கொண்டீர்களேயானால் அதை பறித்து விடுவீர்கள்!..

அதே பூவினை நேசித்தால் அந்த பூச்செடிக்கு தண்ணீர் ஊற்றுவீர்கள்!!..

இன்னொரு வகை இருக்கிறது

பாசம், அன்பு என்பது எப்பொழுதும் கொஞ்சிக்கிட்டே இருப்பதென்று சிலர் நினைத்துக் கொண்டிருக்கிறார்கள்...

குழந்தைகளை கொஞ்சுகிறார்கள்..அதே குழந்தை வளர்ந்த பிறகும் கொஞ்சுக்கிட்டேவா இருக்கிறார்கள்..

இன்னும் சொல்லப்போனால் தகப்பனுக்கும் பிள்ளைக்கும் பேச்சு,வார்த்தையே கூட இல்லாமல் போகும்..

ஆனால் அவர்கள் இருவருக்கும் அன்பில்லை என்று அர்த்தமாகி விடுமா என்ன?...

காதலர்களாக இருக்கும் வரை செல்லமே, அன்பே, ஆருயிரே என்றெல்லாம் கவி பாடினானே இப்பொழுது என்னை கண்டுக்கொள்ளவில்லையே! என்பது பெரும்பாலான பெண்களின் நினைப்பாக இருக்கிறது...

காதலிக்கும் போது அவனுக்கு காதல் மட்டும் முழுநேர வேலை..

கல்யாணத்திற்கு பிறகு காதலை தாண்டி அவனுக்கு பல சிக்கல்கள்..

வாழ்க்கையை எதிர்நோக்க புரிந்துக்கொள்ள அவன் கஷ்டப்பட வேண்டியிருக்கிறது...

பொறுப்பு அதிகமாகி விடுகிறது..

அவன் அதை நோக்கி ஓடிக்கொண்டிருக்காமல் உங்கள் முந்தானையை சுற்றி வர வேண்டுமென்று நினைக்கிறீர்கள்...

உங்கள் முந்தானையையே சுற்றி வந்தாலும் வருமானமில்லையென்றால் நீங்களே துரத்தி விடுவீர்கள்!.

அன்பு என்பது *Tatto* குத்துக்கொள்வதில் இல்லை..

வாழ்கின்ற வாழ்க்கையில் இருக்கிறது..

கொஞ்சுவதிலும்,குழாவுவதிலும் இல்லை தேவை அறிந்து நடந்துக்கொள்வதில் இருக்கிறது.

கொஞ்சம் பிஸியாக இருந்தால் இந்த மாதிரி எண்ணங்கள் தோன்றாது..

மக்கள் ஃப்ரீயாக இருப்பதை விட பிஸியாக இருக்கும்போது மகிழ்ச்சியாக இருக்கிறார்கள். ஏனெனில், அப்போது வாழ்க்கையின் எதிர்மறையான விஷயங்களைப் பற்றி சிந்திப்பதிலிருந்து அவர்கள் தடுக்கப்பட்டிருப்பார்கள். .- ஏனெனில் வாழ்தல் இனிது

RUGGED VS CHOCO BOYS

சில பெண்கள் ஆண்களை இப்படியாக தூண்டி விடுகிறார்கள்.. அது *rugged boys* பிடிக்கும் என்ற ஒரு பிம்பம்.. இப்படி பசங்கள உசுப்பேத்தி விட்டுட்டு அவனுங்களோட கெரியரை ஒன்னுமில்லாம ஆக்கிவிட்டு

கெத்துங்கிற பேர்ல தேவையில்லாம பிரச்சனை பண்ணி அவன் மாட்டிக்கிட்டு உங்கள இம்பிரஸ் பண்றதுக்காக தேவையில்லாம சண்ட போட்டு திரியனும்..

நீங்க *well Settled* மாப்பிளையா பாத்து கல்யாணம் பண்ணி போயிடுவீங்க?..

அவனுங்க கோர்ட்டு கேஸின்னு திரியனும்..

நல்லா இருக்கே!..

ஒரு பையன் பிரச்சனை வேணாம்ன்னு நினைக்கிறான்னா அவன் கோழையின்னு முடிவு பண்ணிடாதீங்கமா!..

இந்த பிரச்சனையை தாண்டி அடுத்து வர்ற பிரச்சனையை முன்கூட்டியே யோசிக்கிறவனா இருக்கலாம்.. தன்னோட *Family* உங்களோட *Family* அவங்களுக்கு எந்த பாதிப்பும் வர கூடாதுன்னு நினைக்கலாம்..

முன்யோசனையில்லாம எதையும் எடுத்தோம் கவுத்தோம்ன்னு உணர்ச்சிபூர்வமா கோபப்பட்டு வாழ்க்கைய தொலைக்கக் கூடாதுன்னு நினைக்கிற பொறுப்புள்ளவனா கூட இருக்கலாம்..

வெறும் முன்கோபமும், முரட்டுத்தனமும் தான் கெத்துங்கிற தாண்டி விவேகத்தோடு செயல்படுற அம்மாஞ்சியா இருந்துட்டு போயிடலாம்!..

இன்னையோட வாழ்க்க முடிய போறதில்லை.

அதை மட்டும் மனதில் வைத்துக்கொள்ளுங்கள்!.

Aggressive ah இருக்குற கோலியை விட *Cool ah Pressure Ah Handle* பண்ற தோனி தான் வேல்ட் கப் வின் பண்றாரு...

அதனால *rugged boyo* இல்ல சாக்லேட் பாயோ வாழ்க்கையை எப்படி அப்ரோச் பண்றாங்க என்பது முக்கியம்..அதை விட முக்கியம் பெண்கள் மீதான அவர்கள் பார்வை என்ன என்பது.. ஆணை புரிந்துகொள்ளுங்கள்...

ஏன் என்றால் மனிதன் உட்பட அனைத்து உயிரினங்களும் பெண்களை கவர்வதற்காக தான் அத்தனை குட்டிக்காரணங்களும் போடுகின்றன...நாம் 6ம் அறிவு கொண்டவர்கள் என்பதால் அந்த குட்டிக்கரணம் ஆரோக்கியமானதாக இருக்க பெண்கள் ஆண்கள் மீதான தங்கள் எதிர்பார்ப்பை மாற்றினீர்களேயானால் அவன் பொறுப்புள்ளவனாக மாறுவான்...- ஏனெனில் வாழ்தல் இனிது

கோபம் நீங்க என்ன செய்ய வேண்டும் என்று ஒருவர் கேட்டார்...

எனது பதில்

கோபம் நம் குண நலன்களில் ஒன்று...

அது நல்லதாவதும் கெட்டதாவதும் சூழலை பொறுத்தது...

எல்லா இடத்திலும் ஜென் நிலையில் கடந்து விட முடியாது...

அப்படியான பக்குவம் நம்மில் பலரிடம் இல்லை..

அதே நேரத்தில் கோபத்தை கட்டுப்படுத்திட வேண்டும்..

எந்த பிரச்சனைக்கும் இரண்டு பக்கங்கள் இருக்கிறது..

அதை புரிந்துக் கொள்ளுங்கள்..

உங்கள் கண்ணோட்டத்திலேயே எதிரே இருப்பவனும் இருக்க வேண்டுமென்ற அவசியமில்லை என்பதை உணருங்கள்..

உங்கள் ஆளுமையை எல்லா இடத்திலும் காட்ட வேண்டுமென்று நினைக்காதீர்கள்..

பிரச்சனை வரும்,வாதம் அதிகமாகும் இடங்களில் நகர்ந்து விடுங்கள்..

படபடக்கும் நேரத்தில் கூட கொஞ்சம் நிதானத்தை கடைபிடித்தாலே போதும் சில வினாடி அமைதி கூட மிகப்பெரிய பிரச்சனையில் இருந்து உங்களை காப்பாற்றும்..

புத்தனாக இருக்கவேண்டிய அவசியமில்லை..

கோபத்தால் பித்தனாக கூடாதென்று நினைத்துக் கொள்ளுங்கள்.. நிதானம் வந்துவிடும்.

ஏனெனில் வாழ்தல் இனிது

(உங்களுக்காக ஒரு குறிப்பு:

பல பிரச்சனைகளுடன் சாப்பிட உட்காரும் நேரத்தில் பரிமாறுபவர்கள் ஏதேனும் சிக்கலான விசயங்களை பேசினால் ஏற்கனவே டென்சனில் இருக்கும் நாம் அந்த கோபத்தை எல்லாம் சாப்பிட்டின் மீது காட்டுவோம்!..

ஒருவேளை சாப்பாடு ருசியாக இல்லாமல் இருந்தால் கூட நம்மில் பலருக்கும் கோபம் உச்சாணி கொம்பிற்கு சென்றுவிடும்...

இதுபோன்ற சமயங்களில் கோபத்தை கட்டுப்படுத்துவது எப்படி?....

நம் பாரம்பரிய பழக்கத்தை பின்பற்றுங்கள் போதும்!.

அது என்ன பாரம்பரிய பழக்கம்?..

கைகளை கழுவி விட்டு சாப்பிட உட்காருவோம் இல்லையா???

கூடுதலாக கால்களையும் சேர்த்து கழுவி விட்டு சாப்பிட அமருங்கள்...

கோபம் மட்டுப்படும்.... கொஞ்சமேனும் குறையும்...

மாறுதல் நிச்சயம்!.

முயற்சித்து தான் பாருங்ளேன்!)

-

2 மகன் 2 மகள் இருந்தும் அனாதையாக வாழும் தம்பதிகள்...-செய்தி

கல்யாணம் செய்வதும் குழந்தை பெற்றுக்கொள்வதும் ஏதோ சாதனையாக நினைத்துக்கொண்டிருக்கும் சமூக கண்ணோட்டத்திற்கு இது போன்ற செய்திகள் சொல்ல வருவது என்னவென்றால் எல்லாருக்கும் எல்லாமே அமைந்து விடாது....

சீக்கிரமே கல்யாணம் செய்து கொண்ட பிறகு சிரமப்படும் தம்பதிகளும் இருக்கிறார்கள்...ஏன்டா கல்யாணம் முடித்துக்கொண்டு இப்படி சிரமப்படுகிறோம் என்று நொந்துக்கொள்ளும் தம்பதிகளும்...

குழந்தை பெற்றுக்கொண்டு அவசரப்பட்டு விட்டோமோ!..

குழந்தையை வளர்க்க பாடாதபாடு பட வேண்டியிருக்கிறதே!...என்று குழந்தைகளே பாரமாக அமைந்த கதைகளும் ஏராளம்..

அதே குழந்தைகள் வளர்ந்த பிறகு பெற்றோர்களை கவனிக்காமல் அனாதைகளாக பொறுப்பற்றவர்களா உலாவரும் போது இந்த குழந்தையை பெத்ததுக்கு பெறாமலே இருந்திருக்கலாம் என்று நினைக்கின்ற பெற்றோர்களும் உண்டு..

இக்கரைக்கு அக்கரை என்றுமே பச்சை!..

அதனால கல்யாணம் பண்ணி குழந்தை பெற்றுக்கொள்ளாதவர்கள் ஏதோ குறை உள்ளவர்கள் அவர்கள் வாழ தகுதி இல்லாதவர்கள் என்ற ஏளனப் பார்வையை மாற்றுங்கள்..

"ஏதோ ஒரு காரணத்திற்காக பிறந்திருக்கிறார்கள்.. சிலருக்கு கிடைக்கும் சிலருக்கு கிடைக்காது..சிலருக்கு கிடைத்தது நிலைக்காது..சிலருக்கு கிடைத்தும் கிடைக்காமல் இருக்கும்"...

"ஏதோ ஒரு காரணத்திற்காக பிறந்திருக்கிறார்கள்.. சிலருக்கு கிடைக்கும் சிலருக்கு கிடைக்காது.. சிலருக்கு கிடைத்தது நிலைக்காது.. சிலருக்கு கிடைத்தும் கிடைக்காமல் இருக்கும்"...

எது எப்படியேனும் #வாழ்தல்_இனிது

சூரியன் எனும் நெருப்பு குழம்பில் இருந்து பல்லாயிரக்கணக்கான ஆண்டுகளுக்கு முன்பு தனியாக பிரிந்த ஓர் நெருப்பு பந்து சரியான தூரத்தில் சரியான நீள்வட்ட பாதையில் தன்னை நிலைநிறுத்திக்கொண்ட பிறகு கொஞ்சம் கொஞ்சமாக நெருப்பின் வீரியம் தணிந்து காற்றும் நீரும் உருவாகி உயிரினம் பிறப்பெடுக்க தோன்றிய காலம் தொட்டு பல கோடி உயிரினங்களின் பிறப்பு,இறப்பை சர்வ சாதாரணமாக சந்தித்திருக்கிறது...

பல்வேறு மகிழ்வான,சோகமான பலதரப்பட்ட உணர்வுகளை யுகம் யுகமாய் சுமந்தே பயணித்திருக்கிறது....

அப்படியான பூமி பந்தின் மீதான நமது இருப்பிற்கு இந்த சூரிய குடும்பம் கொடுத்திருக்கும் விசா என்பது சில நாட்களுக்கானதே!....

இதில் வேடிக்கை என்னவென்றால் "விசா" முடிந்த அடுத்த நொடியே நீங்கள் காலி செய்தே ஆகவேண்டும் பதுங்கி எல்லாம் வாழ்ந்திட முடியாது....நீங்கள் விரும்பினாலும் விரும்பாவிட்டாலும் இந்த பூமி பந்தானது உங்களை அப்புறப்படுத்தியே தீரும் #காலம் என்னும் #காவலர்கள் மூலம்....

நான் யார் தெரியுமா?..

என்று கர்ஜித்த எத்தனை பெரிய முடியாண்ட மன்னனாக இருந்தாலும் காலம் எனும் காவலர்கள் முன்னால் மண்யிட்டே தீர வேண்டும்...

இதை யுகங்கள் கடந்தும் இந்த பூமி பந்து உணர்த்திக்கொண்டே வந்திருக்கிறது....

அதை புரிந்துக்கொண்டு முடிந்தவரை காலத்திற்கு நல்ல நினைவுகளை,அன்பு கலந்த உணர்வுகளை பகிர்ந்து செல்வோம்....

அன்பை விதைத்து அன்பை பரப்பி வரும் காலத்திற்கு நன்றி சொல்வோம்!..

ஏனெனில் வாழ்தல் இனிது...

(ஓர் மலை உச்சியில் இருந்து பூமியை பாருங்கள்... மலை உச்சியின் கீழே அத்தனை மனிதர்களும் சிற்றெறும்புகள் தான்!..)

திருநெல்வேலி புதிய பேருந்து நிலையம்.,

எனது ஊருக்கு போகும் பேருந்தில் அமர்ந்திருக்க அருகில் நடுத்தர வயதுகாரர் அமர்ந்தார்.

பக்கா கிராமத்து கலை.எண்ணை வடியும் முகம்.

அழுக்கான வேட்டி.தலையில் சீசன் துண்டினால் கட்டப்பட்ட தலைப்பாகை. காலணிகள் இதுவரை பயன்படுத்தியதே இல்லை போலும் கால்கள்.

கடுமையான உழைப்பாளி போலும்.ஆம் முறுக்கேறிய உடல் அமைப்பு.

நம்மில் பலரும் செய்ய விரும்பாத தொழிலாகி போன நம் பாரம்பரிய தொழிலான விவசாயம் செய்யும் கடவுள் எனும் முதலாளி கண்டெடுத்த தொழிலாளி.

இப்படிப்பட்டவர் நம் அருகில் இருந்தால் என்ன நினைப்போம்?..

படிக்காத பாமரன் என்றோ!!..இல்லை

சரியான பட்டிக்காட்டான் என்றோ தானே நினைப்போம்

நானும் அதே தான் நினைத்தேன்.

அவருக்கு ஒரு போன் கால் வரும் வரை..

ரிங்டோன் ஒன்றும் பிரமாதம் இல்லை.

ஆனால் அவர் வைத்திருந்ததோ அழகிய டச் ஆன்ராய்டு செல்போன்.

இந்த ஆச்சரியத்தை உணர்வதற்குள் அவர் பேசினாரே அது தான் மேலும் ஆச்சரியம்.

ஏலே!!..

அந்த பால்கார நம்பரை எனக்கு வாட்ஸ்அப்ல அனுப்பி விடு!!...

என்னமோ நவீன உலகத்தின் தந்தையாக நம்மை நாமே நினைத்துக் கொண்டிருந்த கர்வம் அந்த நொடியில் என்னை விட்டு காணாமல் போனது.

உருவத்தை வைத்து யாரையும் தீர்மானிக்க கூடாது என்று என்னை யாரோ அறைந்தால் போல் இருந்தது.

சேற்றில் கால் வைத்து நாம் சோற்றில் கை வைக்க காரணமான விவசாயின் மூலமாக!!.. வாழ்க்கை ஒவ்வாரு முறையும் எதோ ஒன்றை கற்றுக்கொடுக்கிறது.. அதை உணரும் போது கற்றுக்கொள்கிறோம்.- ஏனெனில் வாழ்தல் இனிது...

எங்கோ படித்தது...

நியூயார்க் நகரத்தின் சுரங்கப்பாதை ஒன்றில் பிரபல எழுத்தாளர் ஒருவர் ஒரு ஞாயிற்றுக்கிழமை காலையில் அமைதியாக அமர்ந்திருந்தார். ஆட்கள் அதிகமில்லாத அந்த இடத்தில் ஒரு அமைதியான சூழ்நிலை நிலவியது. சிலர் கண்களை மூடி அமர்ந்திருந்தார்கள். சிலர் பத்திரிகைகள் படித்தபடி அமர்ந்திருந்தார்கள். திடீரென்று அங்கு ஒருவர் தன் இரண்டு குழந்தைகளுடன் வந்தார். அவர் அந்த எழுத்தாளர் அருகே கண்களை மூடிக் கொண்டு உட்கார்ந்தார். அந்த சிறுவர்கள் இருவரும் ஆறு வயதைத் தாண்டாதவர்கள். அவர்கள் விளையாட ஆரம்பித்தார்கள். சிறிது நேரத்தில் அங்கிருந்த அமைதி காணாமல் போயிற்று. குழந்தைகள் சத்தம் போட்டு விளையாட ஆரம்பித்து, பின்னர் சண்டையிட்டுக் கொண்டு ஒருவருக்கொருவர் பொருட்களை எடுத்து வீசிக்கொள்ள ஆரம்பித்தனர். அந்த தந்தையோ அந்த சிறுவர்களைக் கண்டிப்பதாகத் தெரியவில்லை. கண்களைத் திறக்காமல் அப்படியே அமர்ந்திருந்தார்.

அங்கு அமர்ந்திருந்த மற்றவர்கள் எரிச்சலுடன் அவரைப் பார்த்ததை அவர் அறியவில்லை. அந்த எழுத்தாளரோ தன்னம்பிக்கை, பொறுமை பற்றியெல்லாம் நிறைய எழுதிக் குவித்த எழுத்தாளர். அவரே பொறுத்து பொறுத்துப் பார்த்து ஒரு கட்டத்தில் பொறுமை இழந்து தன்னருகே கண்ணை மூடிக் கொண்டு அமர்ந்திருந்த அந்த நபரிடம் சொன்னார். "உங்கள் பிள்ளைகள் மற்றவர்களைத் தொந்திரவு செய்கிறார்கள். அவர்களைக் கொஞ்சம் கட்டுப்படுத்துங்களேன்."

அந்த நபர் கண்களை மெள்ளத் திறந்தார். "ஆமாம்....ஏதாவது செய்ய வேண்டும். ஒரு மணி நேரத்திற்கு முன்பு அவர்கள் தாய் இறந்து விட்டாள். அருகில் உள்ள ஆஸ்பத்திரியில் அவள் உடலைத் தர சிறிது நேரம் ஆகும் என்றதால் அங்கிருக்க முடியாமல் இங்கு வந்தேன். இனி என்ன செய்வது என்று யோசித்துக் கொண்டிருந்தேன். அவர்களுக்கும் இதை எப்படி எடுத்துக் கொள்வது, என்ன செய்வது என்று தெரியவில்லை என்று நினைக்கிறேன்.... மன்னிக்கவும்"

அந்த எழுத்தாளர் அதுவரை அந்த நபர் மீதும், அந்தச் சிறுவர்கள் மீதும் கொண்டிருந்த கோபமெல்லாம் ஒரு கணத்தில் காற்றாய் பறந்து போயிற்று. அதற்குப் பதிலாக இரக்கமும் பச்சாதாபமும் மனதில் எழ அவர் மனைவி இறந்ததற்கு வருத்தம் தெரிவித்து விட்டு ஏதாவது உதவி தேவையா என்று மனதாரக் கேட்டார்.

அந்த எழுத்தாளர் 'செயல்திறன் மிக்க மனிதர்களின் ஏழு பழக்கங்கள்' என்ற புகழ் பெற்ற புத்தகத்தை எழுதிய ஸ்டீபன் ஆர். கோவே. இந்த நிகழ்ச்சியில் அந்த சிறுவர்களின் செயல்கள்

மாறவில்லை. அந்த அமைதியான சூழ்நிலை மீண்டும் திரும்பவில்லை. ஆனால் அந்த குழந்தைகளும், அவர்கள் தகப்பனும் இருக்கும் சூழ்நிலை விளங்கியதும் அவர் மனநிலை முற்றிலுமாக மாறி விட்டது.

அந்த செயலுக்குப் பின்னால் ஒரு காரணம் இருப்பதாக உணர்ந்த ஒரு மனிதர் காட்டிய கனிவு எப்படி அந்த சூழ்நிலையை அடியோடு மாற்றியது என்பதைப் பாருங்கள்.

நமக்குத் தவறாகத் தோன்றும் பல செயல்களுக்குப் பின்னால் பல ஆழமான காரணங்கள் இருக்கின்றன. சில காரணங்கள் நம்மால் ஏற்றுக் கொள்ள முடிந்தவையாக இருக்கலாம். சில காரணங்கள் ஏற்றுக் கொள்ள முடியாதவையாக இருக்கலாம். ஆனால் அந்தக் காரணங்களை அறியும் போது புரிந்து கொள்ளல் சாத்தியமாகிறது. மன்னித்தல் சுலபமாகிறது.

எப்போதும் ஒரே மாதிரி நடந்து கொள்ள மனிதன் எந்திரமல்ல. எந்திரங்கள் கூட பழுதாகும் போது சில நேரங்களில் சில மனிதர்கள் நம் எதிர்பார்ப்புக்கு எதிர்மாறாக நடந்து கொள்வது

அதிசயமல்ல. அது போன்ற சமயங்களில் அவர்கள் மீது கோபம் கொள்வதற்குப் பதிலாக ஏதாவது காரணம் இருக்கலாம் என்ற சிந்தனை நமக்குள் எழுமானால் அதைப் பெரிதுபடுத்தாமல் நகர்கிற பக்குவம் நமக்கு வந்து விடும்.. அந்த பக்குவம் வந்து விட்டால் எந்த சூழலிலும் வாழ்க்கை இனிமையாகி விடும்..

#Suicide_Thought

வராத மனிதர்களை விரல் விட்டு எண்ணி விடலாம்...வாழ்க்கையில் ஒரு முறையாவது அந்த சிந்தனை நம் மனதை பதம் பார்த்திருக்கும்...

ஒரு *Safe zone* ல லைப் போற வரைக்கும் எதுவும் *Problem ah* தெரியாது...*Sudden ah* எல்லாமே மாறும் போது மனம் அதை ஏற்றுக்கொள்ளாது...

நல்ல பகல் வேளையில திபேட்டர்குள்ள போயி கண்ணுக்கு ஒன்னுமே தெரியாம சீட் எங்க இருக்குன்னு தடவுற மாதிரி!..*But* கொஞ்சம் வெயிட் பண்ண பார்வை தெளிவாயிடும்..

ஆனா அந்த *Waiting hours* தான் *Change* ஆகும்....

இன்னொரு விசயம் டார்வின் கோட்பாடான *"Survival of fitness"*ன்கிறது என்னனென்னா

Train ல *First class A/c* யிலயும் *Travel* பண்ணனும்..*At the same time* தேவைப்பட்டா,சூழ்நிலை மாறும் போது *Unreserved coach la* கக்கூஸ் பக்கத்துலயும் உட்கார்ந்து டிராவல் பண்ணனும்...அத புரிஞ்சிக்கிட்டு *Life ah accept* பண்ணிக்கிட்டா

வாழ்க்கை அழகானது!...

ஏனெனில்

#வாழ்தல்_இனிது

(நன்றாக தூக்கம் வர இரண்டு டிப்ஸ்..

இரவில் உறங்க செல்வதற்கு முன் தலையில் சிறிதளவு எண்ணெய் தேய்த்து இதமாக மசாஜ் செய்தாலும்....

கால் விரல்களையும் உள்ளங்கால்களையும் மெதுவாக நீவி விட்டு அழுத்தம் கொடுப்பதாலும் தூக்கம் வருவது மட்டுமல்ல மன அழுத்தமும் *Blood pressure* ம் வெகுவாக குறையும்...

மன அழுத்தத்தோடு ஆலோசனைக்கு வருபவர்களுக்கு இதை பரிந்துரைக்கிறேன்..

இது ஒருவகையான அக்குபஞ்சர் மருத்துவம் தான்!.)

3.மனம் எங்கே இருக்கிறது?.

(தகவல் அறிவு ஞானமாகாது என்கிறார் ஓஷோ

முட்டாளை படிக்க வைக்கலாம் ஆனால் சிந்திக்க வைக்க முடியாது...அதாவது வெறும் தகவல் அறிவு மட்டுமே ஞானமாகாது...

தகவல்கள் மாறுதலை தரா...ஆனா மாறுதலால் மட்டுமே ஞானம் உண்டாகிறது.....அதனால

நிறைய படிச்சிருக்கேன்னு சொல்றவங்க எல்லாம் ஞானம் உள்ளவர்கள் கிடையாது...

அந்த படிப்பு அவர்களுக்குள் என்ன மாற்றத்தை கொடுத்திருக்கிறது என்பதை பொறுத்தே ஞானம் பிறக்கிறது..).

ஒருத்தருக்கு கொடுக்க வேண்டிய தண்டனையை கூட தள்ளிப்போடுங்கள் தவறில்லை..மனம் மாறுவதற்கு வாய்ப்பிருக்கிறது.

ஆனால் ஒருவர் செய்யும் நற்செயலுக்கான அங்கீகாரத்தையும் பாராட்டையும் உடனே கொடுத்து விடுங்கள்!..இல்லையென்றால்

இப்பொழுதும்

மனம் மாறுவதற்கு வாய்ப்பிருக்கிறது.\

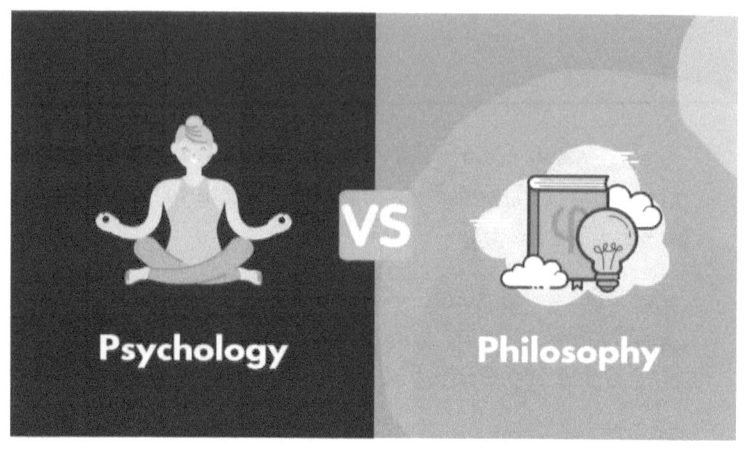

philosophy is basic theory of psychology

1330 திருக்குறளில் சொல்லாத கருத்தில்லை...

ஒளவை சொல்லாத கருத்தில்லை...

நாலடியார் சொல்லாத விசயமில்லை...

ஆனாலும் இன்றும் அதை மேற்கோள் காட்டி இல்லை அதையே வேறு ஒரு கோணத்தில் பேசுகிறோம், பேசிக்கொண்டிருக்கிறோம்!....

கருத்து ஒன்று தான்... எல்லாருக்கும் எல்லாம் தெரியும்...

குடிப்பது தவறு, சிகரெட் பிடிப்பது தவறென்று...

ஆனால் ஏன் மறுபடி மறுபடி அதை பிரச்சாரம் செய்கிறோம்?...

என்று யோசித்தால் உண்மை விளங்கும்!..

அரிஸ்டாடிலும், சாக்ரடீஸும், புத்தனும் பேசியது எல்லாம் தத்துவம் என்று கடந்து விடாதீர்கள்,

அவையாவும் தான் உளவியல் கோட்பாட்டின் அடிப்படை....

அறிவியல்பூர்வமாக நிரூபிக்க இவர்கள் முயற்சி தொடங்குவதற்கு முன்பே இங்கே சித்தர்களும், முனிவர்களும் மனதை பற்றி அக்குவேறு ஆணிவேறாக பிரித்து வைத்துவிட்டார்கள்...

உளவியலை படிக்கவும், தெரிந்துக்கொள்ளவும் எங்கோ ஓர் வெள்ளைக்காரன் எழுதிய புத்தகத்தையும் அவனின் கோட்பாட்டையும் அறிந்திருக்க வேண்டிய அவசியமில்லை.

பிராய்ட், மாஸ்லோவ், ஆல்பர்ட்,

போன்றவர்கள் சொல்லும் தியரியையும், எக்ஸ்பிரி மென்டையும் செய்யவேண்டிய தேவையில்லை..

தத்துவத்தை உணர்ந்தாலே போதும்!..

philosophy is basic theory of psychology....

....

Addict என்பதற்கும் விருப்பம் என்பதற்குமான விக்தியாசம் என்ன?..

எனக்கு காபி என்றால் அலாதிபிரியம்...ஒருநாளைக்கு 4,5 முறை கூட காபி அருந்துவேன்...

ஆனால் காலை எழுந்ததுமே காபி அருந்தியே ஆகனும் என்று நினைப்பு வந்ததில்லை..காபி குடிக்காத நாட்களில் காபியை தேடியதில்லை....

அதாவது எனக்கு பிடிக்கும்....ஆனால் அது இல்லாமல் வாழ முடியாது என்ற நினைப்போ இல்லை காபி அருந்தாத நாள் ஏதோ இழந்தது போன்ற சிந்தையோ இருந்ததில்லை...

அது எனக்கு தேவை என்பதை தாண்டி அது இல்லாமலும் நான் இருப்பேன் என்ற தெளிவு இருந்தால் போதும்...

காபிக்கு மட்டுமல்ல... அது மதுவானாலும் எதுவானாலும் உங்கள் பழக்கம் உங்கள் கட்டுபாட்டில் இருந்தால் அதைவிட சிறந்த மனநிலை வேறில்லை...

பெரும் விபத்து நிகழும்....

உயிர் பிழைக்க வாய்ப்பே இருந்திருக்காது என்ற நிலையில் சின்ன காயம் கூட இல்லாமல் தப்பித்திருப்போம்!..

மொத்த அடியையும் நம் வாகனமே தாங்கி இருக்கும்...சீர் குலைந்த அந்த வாகனத்தை பார்த்து எப்படி இவர்கள் காயமின்றி தப்பித்தார்கள்?.. என்று அதிசயமாய் பார்ப்பார்கள்....இவ்வளவிற்கும் வாகனம் சைக்கிளாக கூட இருக்கக் கூடும்..அப்படியானால் அந்த நிகழ்வு அதிசயமின்றி வேறென்ன?...

மிகப்பெரிய சங்கடத்தில்,கண்டத்தில்,நோயில் சிக்கி மரணம் வரை சென்று மருத்துவர் கூட "பிழைப்பது சந்தேகம்", தான் என்று நம்பிக்கை இழந்த நிலையில் உயிர் பிழைத்திருப்போம்!...

அந்த சமயத்தில் வீட்டில் உள்ள செல்லபிராணிகளான நாயோ, பூனையோ திடீரென உடல் நல குறைபாடு ஏற்பட்டு உண்ணாமல்,உறங்காமல் இரண்டொரு நாளில் மரணிக்கும்....

நமக்கு வர வேண்டிய மரணத்தை நம் வாகனமோ,நம் வீட்டு பிராணிகளோ ஏற்றுக்கொண்டு மரணித்ததா?...

நமக்கான அதிர்ஷ்டமாக இதை எடுத்துக்கொள்வதா?.. இல்லை நம் கர்மவினைகள் இன்னும் முடியவில்லை சில காலம் இந்த பூமியில் வாழ்ந்து கர்மத்தை கழிக்க வேண்டும் என்று நினைக்கவா?...

இல்லை, இல்லை இதெல்லாம் தான் தோன்றித் தனமான முட்டாள்தனம் என்று எடுத்துக்கொள்வதா?...

விடை தெரியாத கேள்விகள் நிறைந்ததும் மனித மூளைக்கு அப்பாற்பட்டதும் தான் இந்த பிரபஞ்சம் என்பதையும் நித்தம் நித்தம் பிரபஞ்சம் நமக்கு பறைசாற்றுகிறது..

ஆழ்ந்து யோசிக்கத் தொடங்குவது தான் ஞானத்தின் வழியோ?..

ஏன் பூகம்பம் வருகிறது?..

ஏன் ஆழிப்பேரலாய் கொத்து கொத்தாய் உயிர்களை கொல்கிறது?..வெள்ளம் ஏற்படுகிறது?எரிமலை வெடிக்கிறது?..

மொத்தத்தில் இயற்கை ஏன் கோபம் கொள்கிறது?..

கரையேற துடிக்கும் அலைகளின் பெரும் கோபமே #ஆழிப்பேரலை

இம்மானுடர்களின் செயலால் நூற்றாண்டுகளாய் உள்ளுக்குள் குமுறிக்கொண்டிருந்த பெரும் சீற்றமே #பூகம்பம்...

மண்ணை மலடாக்கி!!..

உணவை நஞ்சாக்கி!!..

குடிநீரை மாசாக்கி!!..

நெகிழியால் வையத்தை குப்பை மேடாக்கி!!..

வளர்ச்சி என்ற பெயரிலே வாழும் நிலத்தை இடுகாடாக்கி கடைசியாக பிறந்த மனிதன் தன் சுயநலத்தால் பல்கி பெருக வேண்டிய இப்பூமியின் அனைத்து உயிரினங்களின் சாபத்தை பெறும் போது அதன் வீரியம் ஒரு நாள் பெருவெள்ளமாய், உருமாறி தன்னை தானே சுத்தம் செய்துகொள்கிறது இயற்கை!..

இதை எதையுமே சிந்திக்காமல்

தன் வினை தான் தன்னை சுட்டது என்பதை அறியா மானிட பதர்கள் இறைவனுக்கு கண்ணில்லையா? ..என்று பிதற்றுவார்கள்!.. உங்கள் மனதினை கொஞ்சம் சிந்திக்க செய்யுங்கள் நிச்சயம் எல்லாமே புரியும்..

உங்கள் மனதுக்குள் அடிக்கடி நன்றி சொல்லி பழகுங்கள்... ஏனென்றால்

புத்தாண்டு தினத்தில் கோவில் நெரிசலில் சிக்கி 12 பேர் பலி!..

-செய்தி...

புது வருச தொடக்கத்தில் தான் கடவுளை தரிசிக்க வேண்டுமா?...

எதற்காக?..

ஏன்?..

இந்த வருசம் நல்லா இருக்கனும் கடவுளே!..

என்னோட கனவு நனவாகனும்!..

தொழில் நல்லா நடக்கனும், கடன் எல்லாம் அடைபடனும், என்புள்ள நல்லா இருக்கனும்.... இப்படி எத்தனையோ பிராத்தனைகளையும்,

எதிர்பார்ப்புகளையும் இறைவனிடம் சமர்ப்பிக்க தானே கோவிலுக்கு போகிறார்கள்?..

நான் 31 ம் தேதி அதாவது வருடத்தின் கடைசி நாளில் தான் கோவிலுக்கு சென்றேன்.. ஏன் தெரியுமா?..

இறைவனுக்கு நன்றி சொல்ல..இத்தனை இக்கட்டான காலநிலையிலும் எங்களை பாதுகாத்த கடவுளே நன்றி என்பதற்காக!..

வேடிக்கை என்ன தெரியுமா?.... அவ்வளவு எளிதாக,எந்த கூட்ட நெரிசலும் இல்லாமல் அமைதியாக நன்றி சொல்லிவிட்டு வந்தேன்.

இதை ஏன் இங்கே குறிப்பிடுகிறாய்?...

வருச தொடக்கத்தில் வரம் கேட்க செல்பவர்களில் பாதி பேர் கூட கடைசி நாளில் இந்த வருசம் என்னைய நல்லா வச்சிருந்த கடவுளேன்னு நன்றி சொல்ல வரவில்லை..என்பதற்காக தான்!.

இறைவனுக்கு நன்றி!

நண்பர் ஒருவர் புது கார் வாங்கினார். குடும்பத்துடன் பெரும் விபத்து நிகழ்ந்தது. புதிய கார் என்பதால் இன்சூரன்ஸ் வகையில் பெரும் செலவு ஏற்படவில்லை.. இருந்த போதும் கிட்டத்தட்ட ஒரு லட்சம் ரூபாய் வரை கையில் இருந்து செலவு செய்ய வேண்டியிருந்தது..

கார் வாங்கி ஒரு வரம் கூட ஆகாத நிலையில் புத்தம் புதிய கார் விபத்திற்குள்ளாகிவிட்டால் நம் சிந்தனை என்னவாகி இருக்கும்...

கார் வாங்கிய நேரம் சரி இல்லை...இந்த கார் ராசி இல்லை என்றெல்லாம் மனம் சிந்தித்திருக்கும்... ஆதாவது ஏதோ ஒரு வகையில் மனமானது எதிர்மறை சிந்தனையில் மூழ்கி இருக்குமா இல்லையா?..

ஆனால் அந்த நண்பர் தனது சுற்றத்தாருக்கும், நண்பர்களுக்கும் இனிப்பு வழங்கி மகிழ்ந்துக் கொண்டிருந்தார்..

என்ன இவன் கார் ஆக்கிசிடென்ட் ஆனதுக்கு ஸ்வீட் கொடுக்கிறான்.. ஒரு வேல ஆக்கிசிடென்ட் ஆனதுல மண்டையில அடிப்பட்டு பத்தியம் ஆயிட்டானான்னு நினைக்க நண்பரோ எந்த வித துக்கமும் இல்லாம சந்தோசமாய் இப்படி பேசினார்...

"கார் ஆக்சிடென்ட் ஆனது என்னவோ வாஸ்தவம் தான்...ஆனா பாருங்க இவ்வளவு பெரிய விபத்துலயும் உள்ள இருந்த எங்களுக்கு சின்ன காயம் கூட ஏற்படலான என்ன அர்த்தம்...எங்க உயிரை அந்த கார் பாதுகாத்துருக்கு... இது எவ்வளவு பெரிய விஷயம்?..

இது நாங்க செய்த பாக்கியம் இல்லையா... இறைவனுக்கு நன்றி"..

ஆழ்மனதில் எப்பேர்ப்பட்ட நேர்மறை சிந்தனை இருந்தால் இப்படி யோசிக்க தோணும்...

எல்லா கெட்டதுக்கு பின்னாடி ஒரு நல்லது இருக்கும்... எண்ணம் அது நல்லா இருந்தா எந்த கடினமான சூழ்நிலைகளையும் அசால்ட்டா handle பண்ணலாம்...

மனம் அது தானே எல்லாம்!..

இலங்கையில் இருந்து ஒரு போன் கால்

எதிர்மறையான சிந்தனையுடனும், பயத்துடனுமே பயணிப்பதாகவும், எப்பொழுதுமே தனிமையிலே இருப்பதாகவும், ஒரு செயலை பற்றி முடிவு எடுக்க நினைக்கையில் அதை நடக்காது, கிடைக்காது, அப்படியாகிவிடும், இப்படியாகிவிடும் என்றே எண்ண தோன்றுகிறது என்ற மனகுழப்பத்துடன் ஒருவர் என்னை அணுகினார்...

பயம், பதட்டம் நல்லதென்றேன் முதலில்.....

இந்த பயம் என்பது உங்களுக்கு ஒரு எல்லைக்கோட்டை உருவாக்கி வைத்திருக்கும். அந்த எல்லைகோடு உங்களை பாதுகாக்கிறதா இல்லையா??.

என்பதை மட்டும் உற்றுகவனியுங்கள் என்றேன்...

புரியவில்லையென்றார்

அதாவது

ஒரு செயல், அந்த செயலை செய்ய தொடங்கும் போது ஏற்படுகிற தயக்கம் உங்களை பாதுகாக்கிறதா, உங்களை நல்வழிபடுத்துகிறதா, உங்கள் வாழ்வில் நல்ல மாற்றங்களை ஏற்படுத்துகிறதா என்பதை உற்றுநோக்கினாலே போதுமென்றேன்..

அப்பொழுதும் அவருக்கு புரியவில்லை...

ஒருத்தர் முதன்முதலில் சிகரெட் அடிக்கும் போதும், தண்ணி அடிக்கும் போதும், பிட்பாக்கெட் அடிக்கும் போதும் அவன் தயக்கத்துடனும், பயத்துடனும் தான் தொடங்கி இருப்பான்...

ஒழிந்து ஒழிந்து சிகரெட் அடித்த ஒருத்தன் பின்னாளில் அதை தவறாக நினைப்பதில்லை. பொதுவெளியில் சர்வ சாதாரணமாக புகைத்துக்கொண்டிருப்பான்...

முதல் தடவை அடிக்கும் போதே பயத்தால் விட்டவர்களும் உண்டு...

அப்போ அந்த பயம் நல்லது...

அதே பயம் ஒரு தொழில் தொடங்கும் போதும், ஒரு வாகனம் வாங்கும் போதும், ஏன் ஒரு பெண்ணிடம் காதலை சொல்லும் போதும் கூட வரும்....

காதலை சொல்ல பயந்தால் காதல் கைகூடாது..அந்த பயம் நல்லதல்ல..

அதுவே ஒரு பெண்ணை அவள் விருப்பமின்றி தொட நினைக்கும் போது மனதிற்குள் வரும் பயம்,தயக்கம் உங்கள் எல்லையை தாண்ட விடாது இல்லையா?..

அந்த பயம் உங்களை பாதுகாக்கும்...

என்று அவருக்கு தேவையான புரிதலையும், தெளிவையும் ஏற்படுத்தி,ஹீல் செய்து நேர்மறை அலைகளை பரிமாறி சில பல பயிற்சிகளையும் அளித்து தொடர்ந்து செய்திட வலியுறுத்தினேன்..

இலங்கையின் சூழல் மிகவும் மோசமானதாக இருப்பதால் பெரும்பான்மையானவர்களுக்கு இந்த பிரச்சனை வருவது இயல்பு..

தெளிந்த மனதை குழப்பி விட ஆட்கள் உண்டு...குழம்பிய மனதை தெளிய வைக்க ஆட்கள் குறைவு..

(எல்லா தேவதைக்குள்ளும் ஓர் பிசாசு ஒளிந்திருக்கிறது...

Even the devil was once an angel...

மனித மனம் தலைமுடியை போல மிகச்சிக்கலானது... Hair is tangled என்பது போன்றது....

அவ்வப்போது அந்த சிக்கல்களை சிணுங்கோலி கொண்டு சரி செய்வது போல சரி செய்ய முற்படுங்கள்...

சிக்கலான மனம் கொண்டே வாழ்வை கடத்திக் கொண்டு செல்லாதீர்கள்..

சிக்கலை கண்டுக்கொள்ளவில்லையென்றால்

ஈறும்,பேனும் வந்து தலையை அரிப்பது போல

மனமும் நோய் வாய்ப்படும்....

மனதை உணர முற்படுங்கள்....)

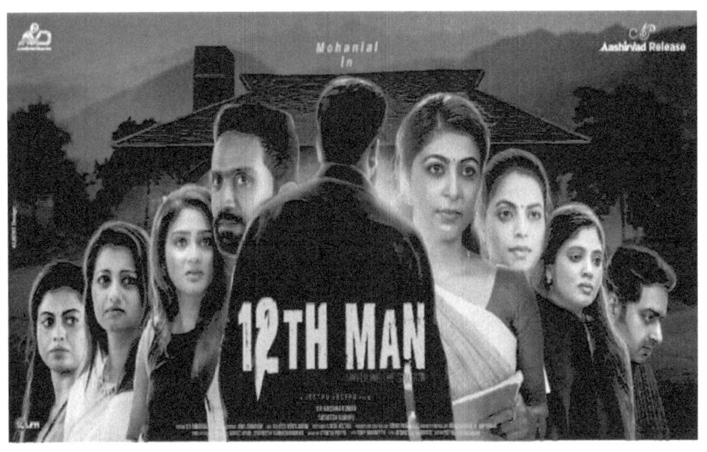

12th man movie ல ஒரு பெண்ணுக்கு பிரச்சனை இருப்பதாக சொல்லியிருப்பாங்க....

அதாவது *bipolar disorder*/இருமுனை மனசோர்வு நோய்...

அதன் அறிகுறிகள்

இரு வேறுபட்ட சுபாவங்கள்...

ஒழுங்கற்ற நடத்தை

நீண்டகால குற்றஉணர்வு

பொதுவாக குழந்தை பருவத்தில் நிகழும் ஏதோ ஒரு அசம்பாவிதம் அதனால் ஏற்படும் பாதிப்புக்கள்

ஒன்று உச்சக்கட்ட மகிழ்ச்சி இல்லனா உச்சகட்ட சோர்வு...

நீண்டகால மனஅழுத்தம் இருந்தால்....

அதித தூக்கம்/தூக்கமின்மை

கோபம் வந்தால் வெறிபிடித்தது போல நடந்துக்கொள்வது...

அதிருப்தி மனநிலை, நம்பிக்கையின்மை

சோர்வாகவும், கவலையுடனும் இருப்பது

தற்கொலை எண்ணம் மேலோங்குவது

தற்கொலை செய்து கொள்வது....

25 - 35 வயதிற்குட்பட்டவர்களுக்கு இந்த பாதிப்பு அதிகமாக வர இருக்க வாய்ப்பிருக்கிறது..

மன எழுச்சி நோய்
MANIA

ஒருவர் என்னை அழைத்தார்... வாழ்க்கையில் முன்னேற்றமே இல்லை.. பல பல சிந்தனைகள் ஓடுகிறது.. வாழ்க்கையை பற்றிய பயம் இருக்கிறது.. எதிர்காலம் குறித்த அச்சம் இருக்கிறது...

எண்ண ஓட்டங்கள் அதிகமாகி கொண்டே இருக்கிறது...

காத்திருக்கிறேன் நான் என்றார்..

எதுக்காக காத்துகிட்டு இருக்கேன்னு கேட்டேன்..

என்னோட லைப்ல மேஜிக் நடக்கும் அதுக்காக தான் காத்திருக்கேன்னு சொன்னார்...

என்ன மாதிரியான மேஜிக் நடக்கும்ன்னு எதிர்பாக்குறீங்கன்னு கேட்டேன்..

நான் வாழ்க்கையில ஜெயிப்பேன்..என் வாழ்க்கை மாறும்.. நான் கார்,பைக் எல்லாம் வாங்குவேன்..

எனக்கு அந்த பவர் இருக்கு..எனக்குள்ள தெய்வ சக்தி இருக்குன்னு எல்லாம் சொன்னார்....

திடீரென்று காலையில் எழுந்து கொள்வதே எனக்கு மிகவும் போராட்டமாக இருக்கிறதென்று கூறுகிறார்....

எனக்கு பிரச்சனையில்லையென்றும், எனக்கு ஏதோ பிரச்சனை இருப்பதாகவும் மாற்றி மாற்றி பேசினார்...

அவர் பேசியதை வைத்து பார்க்கும் போது அவர் மனசிதைவு மற்றும் மன எழுச்சி நோயால் மிகக்கடுமையாக பாதிக்கப்பட்டிருக்கிறார் என்பதை மட்டும் உணர முடிந்தது...

கடந்த சில பல வருடங்களாகவே மனசிதைவு நோயிக்காக மருந்து உட்கொண்டிருக்கிறார்...

மேலும் அவர் எடுத்துக்கொள்ளும் மருந்தின் பக்கவிளைவாக காலை எழுந்துக்கொள்வதே சிரமமாக இருப்பதாக நினைக்கிறேன்....

மனச்சிதைவு மற்றும் மன எழுச்சி என்றால் என்ன?..

இந்நோய் மூளையில் உள்ள சில ரசாயன குறைபாடுகள் மற்றும் வேறுபாடுகளினால் வருகிறது.

மரபு வழியாக இந்நோய் வரலாம்..

கஞ்சா மற்றும் பிற போதை பொருள்கள் உபயோகிப்பவர்களுக்கு இந்நோய் அதிகமாக வரும்...

நடத்தையில் மாறுதல்

தனக்குள்ளே பேசிக்கொள்ளுதல் அல்லது சிரித்தல்

மற்றவர்களுடன் பேசி பழகுவது குறைந்து தனிமையை நாடுதல்

தெளிவில்லாத சிந்தனை,

குழப்பமான பேச்சு

குளிப்பது, உடை மாற்றுவது, சாப்பிடுவது போன்ற தினசரி இயல்பாக செய்யும் செயல்கள் கூட பாதிப்பு.

தனக்கு அசாத்திய சக்தி இருப்பதாக கற்பனை செய்து கொள்ளுதல்...

படிக்கும் மாணவர்களோ அல்லது வேலைக்கு செல்பவர்களோ அதனை தொடர முடியாத நிலை.

தனியாக இருக்கும் பொழுது காதில் குரல் கேட்பது

தேவையற்ற சந்தேக உணர்ச்சி (தன்னை பற்றி எல்லோரும் பேசுகிறார்கள், தன்னை கொல்ல சதி நடக்கிறது, தனக்கு யாரோ சூனியம் வைத்து விட்டார்கள், தன்னை யாரோ எப்பொழுதும் தொடர்கிறார்கள் என்பது போன்ற சந்தேகங்கள்)

இவையெல்லாம் மனச்சிதைவிற்கான அறிகுறிகள்...

குழந்தை வளர்ப்பில் தலைமுறை இடைவெளி என்பது

எது கேட்டாலும் கிடைக்கும் என்று நம்பும் ஒரு தலைமுறையை உருவாக்கி வைத்திருப்பது....

தான் கஷ்டப்பட்டாலும் தன் குழந்தை சிறிதும் கஷ்டப்பட கூடாது என்று நினைத்து தவறான வளர்ப்பு முறையை பின்பற்றுகிறோம்..

மழை நனைவதும், வெயிலில் காய்வதும் தெய்வகுற்றமாக சொல்லி வளர்க்கிறோம்..

சைக்கிள் கற்றுக்கொண்டால் மூட்டில் அடி விழும் என்றும் வாழ்க்கை என்றால் ஏற்றம் இறக்கம் வலிகள்

இருக்குமென்று சொல்லி தராமல் கேட்டதெல்லாம் தன் தகுதிக்கு மீறி பெற்றோர்கள் வாங்கி கொடுப்பதால்

கேட்டதெல்லாம் எந்த கெனக்கெடலும் இல்லாமல் கிடைக்கும் என்று நம்பும் தலைமுறையை உருவாக்கி வைத்திருக்கிறோம்... இதனால் வளரும் தலைமுறைகளின் மனம் பக்குவப்படவில்லை.. வாழ்வை பற்றிய புரிந்தால் இல்லை என்பதை புரிந்துகொள்ளுங்கள். குழந்தைகளுக்கு உடம்பாய் பத்திரமாய் பார்த்துக்கொள்ள சொல்லும் பெற்றோர்கள் கொஞ்சமேனும் மனசையும் பார்த்துக்கொள்ள சொல்லுங்கள்..அவர்கள் மனதின் ஓட்டத்தையும் கவனிக்க தொடங்குங்கள்.)

உயிரை கொல்வது பாவமில்லையா?....

பாவம் தான்!..

அது எந்த உயிராக இருந்தாலும்...

புல்,பூண்டு முதல் ஆடு,மாடு வரை எல்லாமே உயிர் தானே?..

நாம் குடிக்கும் தண்ணீருக்கு கூட உணர்வுகள் இருக்கிறதே!..

உணர்வுள்ள அத்தனையும் ஜீவராசிகள் தானே?..

அப்படியானால் நீங்கள் உயிர் வாழ ஏதோ ஒரு உயிரை கொன்று தான் ஆக வேண்டுமல்லவா?..

ஆனால் சிங்கம் மானை கொல்வதற்கும்,நாம் மனிதனாகிய நாம் மானை கொல்வதற்கும் நிறைய வித்தியாசம் இருக்கிறது...

தன் தேவை மீறி அது எந்த உயிரினத்தையும் கொல்வதில்லை...

பசியாறிய பின் எதிரே மான் வந்தாலும் கண்டுக்கொள்ளாது...

சிங்கம் தின்ன மிச்சத்தை கழுதை புலிகளும் கழுகளும் தின்கின்றன.. அதையும் மீறி இருக்கும் மிச்சம் மீதி பூச்சிகளுக்கும், ஈக்களுக்கும் உணவாகிறது. இப்படியான சங்கிலி தொடர் இயற்கையானது...

ஒன்றை புரிந்துக்கொள்ளுங்கள்

சிங்கமோ, புலியோ வேட்டையாடி மானினங்கள் அழியயவில்லை...

என்று மனிதன் வேட்டையாட தொடங்கினானோ அன்று தான் ஒரு இனமே அழியத்தொடங்கியது...

இதை தெளிந்தால் உயிர் கொல்லல் தத்துவம் உணர ஆரம்பிக்கும்..

ஆரோக்கியம்

உடலை கட்டமைக்கிறேன் என்ற சிந்தனை ஆரோக்கியமானது...

ஆனால்

பழனி படிக்கட்டு மாதிரி இருப்பது தான் சிறந்த ஆரோக்கியமான உடல் என்ற சிந்தனையை தவறானதாகும்..

அர்னால்ட்டு மாதிரி

உடம்புல பல இடங்களில் கட்டிங் வரம்ன்னு மெனக்கெடுக்கின்ற இளைஞர்கள் ஜீம்மிற்கு செல்வார்கள்...

ஆனாலும் அவர்கள் நினைத்தப்படி கட்டிங்கிஸ் வராது.... உடனே அவர்களுக்கு சொல்லப்படும் விசயம்.. புரோட்டின் பவுடர்...

இந்த புரோட்டின் பவுடர் எடுத்தால் என்னவாகும்?....

தசைகள் வேகமாக வளர்ச்சி அடைய வேண்டுமென்று புரோட்டீன் பவுடரை அதிகம் எடுத்து வந்தால், தீவிரமான பக்க விளைவுகளை சந்திக்கக்கூடும். அதுமட்டுமல்லாமல், புரோட்டீன் பவுடரை உட்கொண்டு வரும் போது, ஒரு நாளைக்கு பருக வேண்டிய நீரின் அளவை விட, அதிகமாக தண்ணீரைக் குடிக்க வேண்டும். இது மிகவும் முக்கியம்.

இதனை அளவிற்கு அதிகம் எடுத்துக்கொள்வதால் செரிமான பிரச்சனை, கல்லீரல் பாதிப்பு, உடல் பருமன், சிறுநீரக கற்கள், அதிதீத சோர்வு, குறிப்பாக இதயநோய், மூச்சுத் திணறல் ஏற்பட வாய்ப்பிருக்கிறது.....

உங்கள் உடல் உங்களுக்கே பாரமாக தெரியாத வரை நீங்கள் ஆரோக்கியமாகவே இருக்கிறீர்கள்..

அதுவே இரகசியம்...

மற்றபடி கட்டிங் எல்லாம் தேவையில்லை..

உடல் எடை கூடிக்கொண்டே வருகிறதே?..என்ன செய்வது?..

கலர்ஸ்ல ஜாயின் பண்ணலாமா?...

ஜிம்க்கு போகலாமா?..

இல்ல டயட் கன்ட்ரோல்ங்கிற பேர்ல சாப்பிடமா பட்டினி கிடப்போமா?....

இப்படியெல்லாம் யோசிப்பவர்கள் தான் நம்மில் பலரும்!..

பிறந்த பச்சிளம் குழந்தையாகவே இருக்க நாம் என்ன கல்லா?..

பரிமாணப்படகூடிய உயிரினம் அல்லவா?..

அப்படியென்றால் உடலும்,மனமும் ஏன் சிந்தை வரைக்கும் வளரத்தானே செய்யும்?..

அதில் உடல் வளர்ச்சி என்பது நெட்டாங்குத்தலாக இருந்தால் கூட பரவாயில்லை...

"ஒரு ஜான் வயிறு தானே", என்று இரக்கப்பட்ட பாவத்திற்கு முந்தி தள்ளிச் செல்கிறதே போற போக்கை பார்த்தால் பயமாக அல்லவா இருக்கிறது??..

என்னதான் தீர்வு இந்த உடல் எடை குறைவதற்கு??...

தலையில் விழுந்த ஆப்பிளை கண்ட நியுட்டனை போல சட்டென நமக்குள் உதிப்பதெல்லாம் "டயட்"

"வச்சா குடுமி அடிச்சா மொட்டை" என்ற கதியில்

ஒற்றைஅடிக்கு கண்டதையும் வயிற்றுக்குள் தள்ளுவது....

அப்புறமாக சாவகாசமாக புலம்பி கொண்டே மொத்தத்தில் பட்டினி கிடப்பது....

இரண்டுமே உடல் எடையை இன்னும் அதிகரிக்குமே தவிர குறைக்காது...

யோவ்!...

வழ வழன்னு பேசாம விசயத்துக்கு வாயான்னு படிக்கிறவங்களோட மைண்ட் வாய்ஸ் கேட்குது!..

நல்லா சாப்பிடுங்க!..

நல்லதை சாப்பிடுங்க!..

அட!..

மூணு வேளை என்ன ஆறு வேளை கூட சாப்பிடுங்க!..

ஆனா.....

கேப் விட்டு சாப்பிடுங்க!..

5 இட்லி சாப்பிட முடியும்னா 4 இட்லியோட நிப்பாட்டிக்கோங்க!..

எந்த உணவு எடுக்க வேண்டும் எதை புறக்கணிக்க வேண்டும் என்பதை உங்கள் உடலே முடிவு செய்யும்..

எதையெல்லாம் வயிறு ஏற்றுக்கொள்ளவில்லையோ அது தானே குறிப்பால் உணர்த்தி விடும்...

கொஞ்சம் பசியோடவே இருக்கலாம் தப்பில்லை...

அளவா கை,கால்களை அசைங்க!..

ஜிம்க்கு போயி உடம்ப பிட்டா வச்சு ஒலிம்பிக்ல தங்கமா வாங்க போறோம்?..

ஒரு சீரா கொண்டு போனா தொப்பையும் குறையும்....

மனசும் லேசாகும்!...

புரட்டாசின்னா கறி சாப்பிடக் கூடாதா?.

அப்படிதான் சாப்பிடுவேன்...

பசிக்கும், ருசிக்கும் அதைவிட ஆரோக்கியத்திற்கும் ஏற்ற உணவை சாப்பிடுங்க..

ஆனா

அகராதிக்கு சாப்பிடாதிங்க!.

ஒரு காலத்தில் சைவ ஒட்டல்களின் நடுவே அத்திப்பூத்தார் போல ஆங்காங்கே அசைவ ஒட்டல்கள் தென்படும்..

எப்பாவாது மிலிட்டரி ஒட்டல்கள்களிலும், பண்டிகை, விசேஷ நாட்களில் மட்டுமே அசைவத்தை சாப்பிட்ட தலைமுறை எல்லாம் மறைந்தே விட்டதென்று நினைக்கிறேன்...

இன்றெல்லாம் சைவ உணவுகள் தேடிப்பார்க்க வேண்டியதாயிருக்கிறது...

"என் உணவு என் உரிமை" என்பதை விட "என் உணவு என் ஆரோக்கியம்" சம்மந்தப்பட்டது என்பதை முதலில் உணர வேண்டும்..

மாறிவிட்ட உணவு பழக்கத்தால் பாதிக்கப்படுவது நம் உடல் என்பதை உணர்வதே பகுத்தறிவு...

அனுதினமும் ஏதேனும் ஒரு வகையில் ஐந்புட் எனப்படும் துரித உணவுகளையும், மசாலா கலந்த உணவுகளையும் செயற்கை கலர் பூச்சுகளின் அலங்கார உணவுகளையும் தான் அதிகம் உண்கிறோம்..

சரி!.

இந்த ஒரு மாதமாவது மிதமான எளிய உணவுகளை எடுத்துக்கொள்வோம் நம் வயிற்றையும் உடலையும் கொஞ்சமேனும் இலகுவாக வைத்துக்கொள்வோம் என்று நினைப்பவர்கள் உணவு விசயத்தில் கட்டுப்பாட்டை கடைபிடியுங்கள்...

இல்லையென்றால் உங்கள் விருப்பம்..

இன்றைய சூழலில் அஜீரண கோளாறு இல்லாதவர்களை விரல் விட்டு எண்ணி விடலாம்...

வாழ்தல் பெரிதல்ல....

நோய் நொடியின்றி ஆரோக்கியமாய் வாழ்தலே பெரிது...

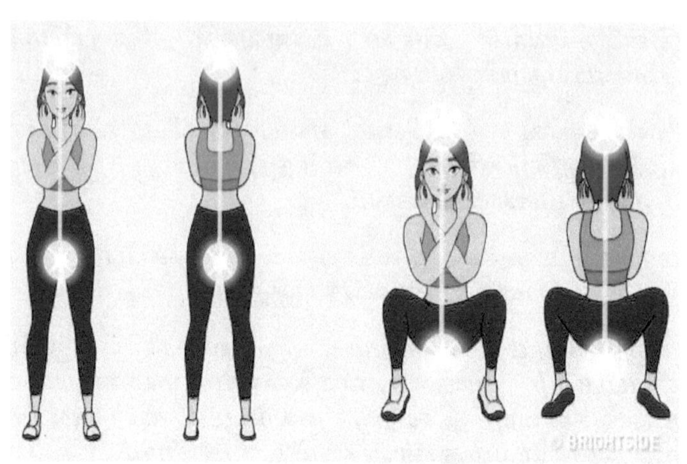

முருகபெருமான் மயில் மீது ஏறி உலகத்தை சுற்றியது ஒரு ரகம் எனில்..

விநாயகப்பெருமான் தாய் தந்தையரை சுற்றியது ஒரு ரகம்!..

அம்மையப்பனே உலகம் அவர்களை சுற்றினால் உலகத்தை சுற்றியதற்கு சமம் என்ற தத்துவத்தை போல....

இந்த ஒற்றை விடயத்தை நீங்கள் தினத்தோறும் செய்தால் போதும் மொத்த யோகாவும் செய்த பலன் கிடைக்கும்....

அதுதான்.

#தோப்புக்கரணம்...

உடல் ஆரோக்கியத்திற்கு...

மனதை ஒருநிலைப்படுத்துவதற்கு...

சிறுநீரக செயல்பாட்டிற்கு

உங்கள் உடல் எடை குறைவதற்கு!..

என்று எண்ணிடலங்கா நன்மையை செய்யும் ஓர் அற்புத பயிற்சி தான் தோப்புக்கரணம்.

ஒரு பத்து நாள் போட்டுப்பாருங்கள்..

உங்களுக்கே மாற்றம் புரியும்.. ஓமைக்ரான், கொரனா போன்ற நோய்கள் அதிவிரைவாக பாதிப்படைய செய்வது நுரையீரலை தான்...

நுரையீரல் பலவீனமாக இருந்தால் அவருக்கு கொரனா கடும்நோயாக உருவாக கூடும்...

நுரையீரலை பலமாக இருந்தால் போதும் கொரனா போன்ற நோய்களை சுலபமாக விரட்டிவிடலாம்....

நுரையீரலை எப்படி பலமானதாக மாற்றுவது?..

நாயை போல இளையுங்கள்..

நன்றாக மூச்சு விடுங்கள்...

மேல்மூச்சு கீழ்மூச்சு வாங்கும் அளவிற்கு அதிகாலையில் குதியுங்கள்.. தோப்புக்கரணம் போடுங்கள்..

தினமும் ஒரு 1/2 மணிநேரம் ஒதுக்கினாலே போதும்..

நுரையீரல் பாதுகாப்பாகவும், பலமானதாகவும் இருக்கும்...

ஒரு சின்ன குழந்தைக்கு 10 நாட்களாக காய்ச்சல் விடவில்லை...

பிளெட் டெஸ்ட்,யூரின் டெஸ்ட் எல்லாம் எடுத்து யூரின்ல இன்பக்ச்ன்னு சொல்லி டிரிப் ஏத்தி மெடிசின் கொடுத்து அது இதுன்னு சொல்லி 10,000 காலியானதுக்கு அப்புறமும் காய்ச்சல் குறையல.... அப்புறமும் டாக்டர் அந்த டெஸ்ட் எடுக்கனும் இந்த டெஸ்ட் எடுக்கனும்ன்னு சொல்ல ஆள விடுங்கடா சாமின்னு

கடைசியா அலோபதி நம்பிக்கை இழந்து நாடி பிடிக்கும் ஊர் பெருசிக்கிட்ட கூட்டிக்கிட்டு போனாங்க... அவரு நாடிய பிடிச்சு, வயித்தையும் அமுக்கி பாத்துபிட்டு குழந்தைக்கு பிடிப்பு இருக்குன்னு சொல்லி தடவி விட்டாரு... அந்த புள்ள இப்போ ஜாலியா விளையாண்டுகிட்டு இருக்கு....

என்னத்த சொல்ல?... பத்து நா காய்ச்சல் எங்க போச்சுனே தெரியல....

அப்புறமா குழந்தைக்கு காய்ச்சல் வந்தா உடனே குழந்தைக்கான பாரசிடமால் கொடுக்குறது என்னமோ ஏதோன்னு பயந்து நடுங்கிகுறத விட்டுட்டு கொஞ்சமாச்சும் சுயமா யோசிங்க...

தொடர்ந்து பாரசிடமால் கொடுத்தா லிவர்,கிட்னி பாதிக்கும் அது குழந்தை வளர்ந்த பிறகு தான் உங்களுக்கு புரியும்...

பேயிக்கும் பாரு,நோயிக்கும் பாருன்னு பெரியவங்க சும்மா சொல்லல...

முடிந்த அளவிற்கு அலோபதியை தவிருங்கள்...

நீங்கள் பயன்படுத்தும் மாத்திரையிலும், டானிக் பாட்டிலிலும் தெள்ளத்தெளிவாக எழுதியிருக்கிறார்கள் ...

தொடர்ந்து பயன்படுத்தும்பட்சத்தில் என்ன என்ன பாதிப்புகள் வருமென்று...

சின்னச்சிறு மழலைகள் எப்போதுமே பேம்பர்ஸடே இருப்பதை பார்க்க முடிகிறது...

எங்கயாவது வெளியூர் பிராயணங்கள் போன்ற தவிர்க்க முடியாத சந்தர்ப்பங்களை தவிர்த்து மற்ற நேரங்களில் பேம்பர்ஸ் உபயோகிக்காதீர்கள்!!..

அது நல்லத்தல்ல...

பழைய காட்டன் வேட்டியை கோமணம் போல பத்து இருபதாக கட் பண்ணி வைத்து பயன்படுத்துங்கள்...

நம் அம்மா பாட்டிகள் இப்படித்தான் குழந்தைகளின் கழிவுகளை நீக்கினார்கள்...

இப்போது எல்லாம் சோம்பேறித்தனம்பட்டு பேம்பர்ஸ் மாட்டிவிடுகிறார்கள்.. வேலை எளிதாய் முடிந்து விடுமென்று....

காற்றோட்டமாக இருப்பதே குழந்தைகளுக்கு ஆரோக்கியம்..

ஒன்றை கவனித்துக்கொள்ளுங்கள்..

பேம்பர்ஸ் விற்கின்ற கம்பெனிகள் தான் குழந்தைகளுக்கு அலர்ஜி ஏற்படும் தோல் நோய்க்கான மருந்தையும் விற்கிறது....

பெண்ணின் திருமண வயதை 18 லிருந்து 21 ஆக உயர்த்திய முடிவில் இருத்தரப்பட்ட கருத்துகளை பார்க்க முடிகிறது....

ஒன்று வரவேற்று மற்றொன்று எதிர்த்து....

வரவேற்பவர்கள் கூறும் காரணம் 21 வயது என்பது பெண்ணின் கல்வி கனவை, பட்ட படிப்பை எதிர்கால தேவையை பூர்த்தி செய்யும் கால அளவாக அந்த மூன்றாண்டு இடைவெளியை அணுகுகிறார்கள்...

அவள் சுதந்திரமானவளாக நல்லது, கெட்டது அறிந்து முடிவெடுக்கும் பக்குவத்தை ஏற்கும் வயது என்று தங்கள் வாதத்தை முன் வைக்கிறார்கள்...

எதிர்ப்பவர்கள்.

இயற்கைக்கு முரணானது.....நடுத்தர ஏழை வீட்டில் பெண்ணை கட்டி கொடுப்பதே மிகப்பெரிய சுமை...அதிலும் பதின் வயதில் காதல் வயப்பட்டு, இல்லையென்றால் முறையற்ற வழி தவறி சென்றால் பாதிக்கப்படுவதும் பெண்களே!.பெண் குழந்தையை 18 வயது வரை பாதுகாப்பதே இந்த சமூகத்தில் பெரும் சவாலாக இருக்கிறது...நடுத்தர குடும்பத்தின் உணர்வுகளை ஏழை தகப்பனின் நிலையில் இருந்து பாருங்கள் என்கிறார்கள்....

இரண்டிலும் நியாயமான ஏற்புடைய கருத்துக்கள் இருக்கின்றது...

அதை தாண்டி இன்று பெரும்பாலான பெண்கள் 21 என்றில்லை அதையும் தாண்டி வேலை,கனவு,உயர் கல்வி என்று காலம் தாழ்த்தியே திருமணம் செய்துக்கொள்கிறார்கள்...

இதில் மருத்துவம் பெண்ணின் கர்ப்பம் தரிப்பதை 30 வயதை தாண்டாமல் பார்த்துக்கொள்ளுங்கள் என்கிறது...

அதிலும் புற்றீசல் போல கருத்தரிப்பு மையங்கள் முளைக்கிறது என்றால் அதன் காரணம் சொல்லி தெரியவேண்டியதில்லை...

30 வயதிற்கு மேல் குழந்தை பெருவதில் பல்வேறு சிக்கல்கள் ஏற்படுகிறது...

அதிலும் காலம் தாழ்ந்து குழந்தைப்பேறு ஏற்படும் போது பெண்களின் கருவில் உண்டாகும் சிசுவிற்கு இயற்கையிலையே மரபணுவில் கொலஸ்ட்ரால் இரத்த அழுத்தம் சர்க்கரை நோய் இவைகள் உண்டாவதோடு பிறக்கும் குழந்தையும் அதிக பருமனோடு பிறக்கும் சாத்தியக்கூறுகள் அதிகமாக இருப்பதாகவும், பிசிஒஎஸ் பிரச்சனை அந்த குழந்தைக்கு உண்டாவதற்கு வாய்ப்பு இருப்பதாக மருத்துவர்.கௌரி மீனா(மகப்பேறு மகளிர் நலம் மற்றும் லேப்ராஸ்கோப்பி அறுவை சிகிச்சை நிபுணர்)கூறுகிறார்....

எது எப்படியேனும்

இன்றைய உணவுமுறை,வாழ்க்கை முறை இரண்டுமே ஆணின்,பெண்ணின் உடல் சார்ந்த பல்வேறு பிரச்சனைகளையும் குழந்தை பேறு கிடைப்பதில் பல்வேறு சிக்கல்களை ஏற்படுத்தி இருக்கிறது என்பது மறுக்க முடியாத உண்மை...அதிலும் குறிப்பாக 20 வயதிலையே பெண்களுக்கு சினைநீர்கட்டி பிரச்சனையும் ஆண்களுக்கு கவுண்டிங் பிரச்சனையும் அதிகமாக ஏற்படுகிறது...இதையெல்லாம் யோசித்தாலும்

முடிவாக ஒற்றை பழமொழி தான் நியாபகத்திற்கு வருகிறது...

"பருவத்தே பயிர் செய்"

அது 18 இல்லை 21னா இல்லை அதற்கும் மேலா என்பதை உங்கள் பார்வைக்கே விட்டு விடுகிறேன்...

சிறுகதைகள்

அலைகள் ஓய்வதில்லை

பாறைகளில் முட்டி மோதி கரையேற துடிக்கும் அலைகளின் நடுவிலே அவளும் அவனும் கைகோர்த்துக்கொண்டும், அவள் அவனின் தோளில் சாய்ந்து கொண்டும் " நீ இல்லாமல் ஒரு நிமிசம் கூட உயிர் வாழ முடியாதுடா"., " இப்படியே உன் தோளில் சாய்ந்து இருக்கும் போதே செத்திடனும் போல இருக்குடா!!."". என்றாள் காதல் போதையில்...

நானும் தாண்டி " இந்த பிறவி மட்டும் இல்ல.எத்தனை பிறவி எடுத்தாலும் உன்னோட சேர்ந்து வாழனும்".... சொல்லிக்கொண்டே இன்னும் இறுக்கினான் அவள் கைகளை..!!..

கடற்கரை மணலில் நடந்து செல்லும் பாத சுவடுகள் ஆர்ப்பரிக்கும் அலைகளில் அடுத்த நிமிடமே கரைந்து விடுவது போல அவனும் அவளும் நடந்து போனார்கள் சில வருடங்கள் கழித்து அதே கடற்கரையில் கைகோர்த்துக்கொண்டே அதே காதல் வசனங்களை பேசிக்கொண்டே அவர் அவர் கணவன் மனைவியோடு.....

அலைகள் மாறவில்லை.. கரையேற துடித்து கொண்டே இருக்கிறது... யுகம் யுகமாய் காதலின் சத்ய வார்த்தைகளை கேட்டுக்கொண்டே பாறைகளில் முட்டி மோதி ஏளன சிரிப்போடு!!..

பயந்திட்டியா குமாரு!!

இரவு நேரம்

தேய்பிறை சமயம் என்று வான்நிலவு பறைசாற்றிற்று.....

கருமேகங்கள் அலை அலையாய் பறந்து செல்ல அந்த இருள்சூழ்ந்த வானில் அறைநிலவாய் தோன்றி மறைந்தது மேகங்களுக்கு ஊடாய் சிற்சில குறைபாடு உள்ள அந்த நிலவு....

வைரங்களை தூரத்தில் வைத்தது போல நட்சத்திரங்களும் மின்மினுத்தன......

வீட்டிற்குள் வியர்வையில் சிக்கி புரண்டு திரும்பி திரும்பி படுத்தும் தூக்கம் வர மறுக்க சித்திரையின் கோடைவெயில் புழுக்கத்தை தர மொட்டை மாடியில் இயற்கையின் தென்றலோடு உறவாடி உறங்க சென்றான் குமார்..

அங்கே வானில் நடக்கும் விந்தைகளை கண்டுவியந்து நிலவையும் வானையும் ரசித்துருக வீட்டை சுற்றி இருக்கும் வேப்பமரத்தின் தென்றல் காற்று மேனியை வருட புழுக்கம் மாறி குளிர் அவனை தீண்ட போர்வைக்குள் புகுந்தான்..

தன்னை மறந்து அவன் மயக்க நிலைக்கு செல்ல நித்திரா தேவி அவனை ஆட் கொள்ள உலகை மறந்து உறங்கி போனான்..

#நடுநிசி நேரம்

எங்கோ இருந்து ஒரு சிகரெட் புகை வாசம் காற்றில் பறந்து போர்வைக்குள் இருக்கும் குமாரின் நாசியை துளைத்தது....

ஆழ்ந்த நித்திரையில் இருந்த குமார் உணர்வுகள் சிதற தன் உணர்வு கொண்டு விழித்துக் கொண்டான்.... ஆனால் கண்கள் திறக்கவில்லை.... திறக்கவும் அவன் முயற்சிக்கவில்லை....

"ஊஓ ஊஓ ஊஓ ஊஓ".....

தூரத்தில் நாய்கள் ஊளையிடும் சத்தம்... திகில் நிறைந்த இரவு மொத்தமாய் அவன் தூக்கத்தை கலைத்தது...

போர்வைக்குள் இருந்தபடியே பாதி கண் திறக்க ஒரு சிறு வெளிச்சம் மின்மினி பூச்சைப்போல மின்னி மறைந்தது....

நன்றாக தன் கண்களை திறந்து மீண்டும் ஒரு முறை அந்த காட்சியை பார்த்தான்.அதே இடத்தில மீண்டும் மீண்டும் தோன்றி மறைந்த அந்த வெளிச்சத்தின் நடுவிலே புகை எழுந்து வந்தது...

ஆம்!!!

அதே புகை தான் அவன் தூக்கத்தை கலைத்த அதே சிகரெட் புகை....

இன்னும் கண்களை அகலமாக விரித்துக்கொண்டு பார்க்க அந்த வெளிச்சத்தின் நடுவிலே ஒரு உருவம் அசைவது இப்போது தெளிவாக தெரிந்தது....

இன்னமும்   போர்வையை   விலக்கவில்லை.. புறமுதுகிட்டு ஒரு உருவம் முன்னும் பின்னும் அசைவது அந்த நடுஇரவிலும் சற்றே மங்கலான நிலவெளிச்சத்தின் மத்தியிலும் நன்றாக தெரிந்தது....

சட்டென கண்ணை மூடிக்கொண்டான்...மனதுக்குள் பல ஆயிரம் கேள்விகள் பல சந்தேகங்கள்...நடு இரவில் கருப்பாய் ஒரு உருவம் தன் முன்னே இருந்தால் யாருக்கு தான் பயம் இல்லாமல் இருக்கும் ?...

இதய துடிப்பு வேகமா துடிப்பது அவனுக்கு நன்றாக கேட்கத் தொடங்கியது.....பயத்துடனே மீண்டும் கண் திறந்து பார்த்தான் குமார்

இப்போது அந்த கருப்பு உருவம் சட்டென இவனை திரும்பி பார்க்க அப்படியே இதய துடிப்பு நின்றுவிடும் என்பது போல அதிர்ச்சியின் உச்சத்துக்கே சென்று விட்டான்...திறந்த கண்களை மீண்டும் மூடி கொண்டான்....

தூரத்து தேவாலயத்தில் "டொய்ங்க்........., டொய்ங்க்......" இரண்டு தடவை சப்தம் கேட்க பயம் மேலும் அதிகரிக்க "என் சமூகம் உன் முன்பாக செல்லும்"...என்ற வேத வசனம் அதே தேவாலயத்தின் இருந்து கேட்க சற்றே நிதானித்து கொண்டான்....அந்த சத்தம் தேவாலயத்தின் மணி யோசை என்று....

இரண்டு முறை மணி அடித்தால் இப்போது மணி இரண்டு என்பதை புரிந்துக் கொண்டு சற்றே தைரியம் வந்தவனாக மீண்டும் கண் திறந்து பார்த்தான்....

அதே உருவம் இப்போது இவனை திரும்பி பார்ப்பதும் முன்னும் பின்னும் ஆடுவதுமாய் இருக்க......

இவனுக்குள் ஒரு பெரும் போராட்டமே நடந்து கொண்டிருந்தது போர்வையை விலக்கி பார்க்கலாமா இல்லை வேண்டாமா என்று அந்த போராட்டத்தில் முடிவில் "முருகா" என்று உரக்க சொல்லி சட்டென போர்வையை விலக்கி தைரியம் வந்தவனாக

யார் அது ?...

தன் முன்னே ஆடிக் கொண்டிருக்கும் உருவத்தை பார்த்து கேட்டான்...

அந்த சிறு வெளிச்சம் கீழே விழுந்து அணைய அதில் இருந்து வந்த புகையும் மறைய..

குரல் கேட்ட திசை நோக்கி அந்த உருவம் வந்து நிற்க.........

சத்தம் போடாதே!!!....

நான் தான் பாலு.

உறக்கம் வரல!!!,,"ஒரே புழுக்கமா இருந்துச்சு அதான் ஒரு தம் போடலாம்னு வந்தேன்...'நீ சத்தம் போடாதே அம்மா முழிச்சர போற '

என்று போட்டனே ஒரு போடு...

பயந்திட்டியா குமாரு ???....

நந்தினியின் சந்தேகம்

நந்தினி தன்னை சந்தேகத்தோடு பார்ப்பது ரகுவிற்கு புரிந்தது. அடுத்த வாரம் தன் சொந்த ஊரான காயல்குடிக்கு பயணம்..

மூன்று வருட இடைவெளிக்கு பிறகு,ரகு ஆஸ்திரேலியாவை விட்டு சொந்த ஊருக்கு ஒரு மாத விடுமுறைக்கு செல்கிறான் குடும்பத்தோடு.,

வீட்டிற்கு ஒரே பையனான ரகுவை கஷ்டப்பட்டு படிக்கவைத்தார் அப்பா சோமசுந்தரம்..

ரகுவும் நன்றாக படிக்க.,படித்த கல்லூரி மூலமாகவே ஆஸ்திரேலியாவில் வேலை கிடைக்க அப்படியே,அங்கே பணிபுரியும் தமிழ் பெண் நந்தினியுடன் நட்பாகி,காதலாகி கல்யாணமும் ஆகி அதற்கு பரிசாக அபர்ணா என்ற குட்டி தேவதையை பெற்றெடுத்து ஆஸ்திரேலியா குடிமகனாவே மாறி போனான்.

கால சக்கரம் வேகமாக சுழல அவன் ஆஸ்திரேலியா போய் எட்டு வருடங்கள் உருண்டோடி விட்டது..

இந்த எட்டு வருடத்தில் மூன்று முறை ஊருக்கு வந்துவிட்டு போனான்.கடைசியாக வந்து மூன்று வருடங்கள் ஆகிவிட்டது.அந்த சமயத்தில் அபர்ணா இரண்டு வயது குழந்தை.

சோமசுந்தரத்திற்கும்,அவர் மனைவி மீனாட்சிக்கும் மகன்,மருமகள் பேத்தியோடு ஒன்றாக வாழ ஆசை.

பல முறை வீடியோ காலிங் மூலமாக அபர்ணாவை பார்த்து ஏங்கி விடுவாள் மீனாட்சி. என்னதான்

வீடியோவில் பார்த்தாலும், நேரில் கொஞ்சி குலாவியது போல வருமா!..

தன் மகனிடம் போனில் பேசும் போதெல்லாம் மீனாட்சியின் ஏக்கத்தை தெரிவிப்பார் சோமசுந்தரம்.

போதுமான பணம் சேர்த்தாகிவிட்டது.

ஊருக்கு வந்துருப்பா!!..

வயசான காலத்துல.,நானும் உங்க அம்மாவும் தனிமையில இருக்குறது ரொம்ப கஷ்டமா இருக்கு நீ குடும்பத்தோட இங்க வந்துடு

ரகுவும்,சரிப்பான்னு சொல்லுவான்,

இந்த மூன்று வருடத்தில் சோமசுந்தரம் கேட்பதும் ரகு சரின்னு சொல்வதும் தொடர்கதையாகிவிட்டது.

பக்கத்து வீட்டு அலமேலு தன் பேரகுழந்தைகளை கொஞ்சுவதையும்,சதா சர்வ காலமும் பேரகுழந்தைகளோடு இருப்பதையுமே பார்க்கும் மீனாட்சிக்கு நாளுக்கு நாள் ஏக்கம் அதிகமாகி அதுவே, உடல்நிலையை பாதிப்பிற்கும் உள்ளாக்கியது.

மகன் வர்றான் கவலைப்படாதேன்னு சோமு ஆறுதல் சொன்னாலும் மீனாட்சிக்கு சந்தோசம் வரவில்லை.

அவன வரவேண்டாம்ன்னு சொல்லுங்க!!..

எதுக்கு வரணும்.,வந்து ஒரு மாசம் இருப்பான்.அப்புறம் அவன் போயிருவான்.அந்த ஒரு மாசம் என்னோட இருந்து அப்புறம் அவுங்க போயிட்டாங்கன்னா மறுபடியும் உங்களுக்கு நான்,எனக்கு நீங்க தானே!!..

இதுக்கு எதுக்கு வரணும்?..

ஆதங்கத்தின் உச்சியில் இருந்து பாசத்தை நிரந்திரமாக தனதாக்கி கொள்ள ஆசைப்படும் மீனாட்சியின் உள்ளத்தில் இருந்து வார்த்தைகள் கொட்டின கூடவே கண்ணீரும்.

சோழும் கண் கலங்கினார்.

என்னங்க!!..

எங்க அக்கா,தம்பி அப்புறம் சொந்தகாரங்க எல்லாருக்கும் டிரஸ்,ஜீவல்ஸ்,மொபைல்ஸ் ன்னு எல்லாம் வாங்கிட்டிங்க...

ஆனா உங்க அம்மா அப்பாவுக்கு எதுவுமே வாங்கலையே! !..

அவங்க கஷ்டப்பட மாட்டாங்களா??..

-ன்னு நந்தினி கேட்ட கேள்விக்கு புன்னகையை மட்டுமே பதிலாக தந்தான் ரகு.

இது தான் நந்தினி ரகுவை சந்தேகமாக பார்க்க வைத்தது.

பாட்டி!!!..

அபர்ணா ஓடி வந்து கட்டிப்பிடிக்க இதோ வந்துவிட்டான் ரகு தன் மனைவி குழந்தைகளோடு காயல்குடிக்கு..

மீனாட்சி கோபத்தோடு முகத்தை திருப்பி கொள்ள அவளை அறியாமல் கண்கள் குளமாவதை கவனிக்க தவறவில்லை ரகு.

வாஞ்சையோடு அம்மா அருகில் மண்டியிட்டு..

எதுக்குமா கோபம்.,'மூணு வருசமா வரலையேன்னா?.. இதோ வந்துட்டேன்ல

இந்தா உன் பேத்திய நீயே வைச்சுக்கோ ஒரு மாசம் இல்ல காலம் பூரா உன் கூடவே வைச்சுகோ!!..

நல்ல ஸ்கூலா பார்த்து சேர்த்துவிடு..

இன்னும் இரண்டு மாசத்துல நானும் நந்தினியும் கூட உன் கூடவே இருப்போம் சரியா?..

என்று கூறி தன் தாயின் மடியில் நனைந்த கண்களோடு படுத்தான் ரகு.

நந்தினிக்கு சந்தேகம் தீர்ந்தது.

கல்யாணியின்_காதல்

கல்யாணிக்கு இப்போது தான் காதல் துளிர்க்க ஆரம்பித்திருக்கிறது...

பாபுவை காணும் போதெல்லாம் உள்ளுக்குள் பட்டாம்பூச்சி பறக்கிறது. சோகமே நிறைந்த கல்யாணியின் வாழ்வில் இப்போது தான் சந்தோசம் பிறந்திருக்கிறது.

இந்த காதலால் மனம் முழுவதும் மகிழ்ச்சி நிறைந்திருந்தாலும் கூடவே

"பயமும்,இந்த காதல் ஏற்புடையதா?..,சுற்றதார் தன்னை பற்றியும் தன் நடத்தை பற்றியும் தவறாக பேசுவார்களே"...

என்ற சிந்தையும் சேர்ந்தே அவளை வாட்டுகிறது.

21வயதே ஆன கல்யாணிக்கு

காதல் அரும்பும் வயது தான்...என்ன ஒன்று

"4வயது பெண் குழந்தைக்கு தாயான கல்யாணியின் மனதில் காதல் அரும்பியது தான் அவளின் பயத்திற்கு காரணம்".

இந்த காதலுக்கு தான் ஊரார் கள்ளகாதல் என்று பெயர் வைத்திருக்கிறார்களே!!..

அவளின் பயத்திற்கு இந்த ஒரு காரணம் போதாதா?..

ஆம்!!..

17 வயதே ஆன கல்யாணி கனவுகளோடு பன்னிரண்டாம் வகுப்பு பொது தேர்வு எழுதி முடித்த

பேனா மையின் கரை கையில் காய்வதற்கு முன்பே அலங்கார பெண்ணாய் மேடை ஏற்றபட்டாள்.

படிக்க வேண்டும் பட்டம் பெற வேண்டும் மிடுக்காய் பெண்மைக்கு பெருமை சேர்க்கும் சாதனை பல புரிய வேண்டும் என்ற அவளின் கனவுலகத்தில் திடீரென கல்யாணம் என்ற பெயரில் தோன்றிய பூகம்பம்,சுனாமி பேரலையாய் அவளின் கனவுகளை நிர்மூலமாக்கியது.

அவளின் தாயான மரகத்திற்கும் வேறு வழியில்லை.சிறுவயதிலேயே கணவனை இழந்த கல்யாணியின் தாயார் தனி பெண்ணாக கல்யாணியை பன்னிரெண்டாம் வகுப்பு வரை படிக்க வைத்ததே அந்த கடவுளின் செயல்தான்.

அவளை சொல்லியும் குற்றமில்லை இந்த காலத்தில் காலணா வரதட்சணை இல்லாமல் வீடு தேடி வரும் வரனை தட்டிக் கழிக்க யார் நினைப்பார்கள்?..

முடிவு,

தன் மகளின் கனவுகளுக்கு அணை கட்டிவிட்டு அவளுக்கு விருப்பம் இல்லை என்று தெரிந்தும் வலுக்கட்டாயமாக கட்டி வைத்துவிட்டாள்.

கல்யாணம் செய்த கல்யாணிக்கு கல்யாண பரிசாக ஒரு பெண் குழந்தையை கொடுத்து விட்டு திருமண பந்தத்தை பற்றி அவளுக்கு ஒரு புரிதல் வரும் முன்னரே ஒரே வருடத்தில் அகால மரணமடைந்தான் கல்யாணியின் கணவன்.

"வரதட்சணையே வேண்டாம் கட்டிய சேலையோடு ஏற்றுக்கொள்கிறோம்"...

என்ற மாப்பிள்ளை வீட்டாரின் பேச்சில் மயங்கிய மரகதம் ஏதும் விசாரிக்காமல் தன் கணவனை போலவே குடிகாரனான மகாபாதகனுக்கு கட்டிக்கொடுத்து அவளின் வாழ்க்கையை நரகுழிக்குள் தள்ளி விட்டாள்.

மலராய் பூத்துக் குலுங்கி மணம் வீச வேண்டிய கல்யாணியின் வசந்த வாழ்வை தானே கெடுத்து விட்டதை நினைத்தே மனம் வெதும்பி துக்கம் தாங்காமல் மாரடைத்து இறந்தும் போனாள் மரகதம்.

கணவனை இழந்த ஒரே வருடத்தில் தனக்கென இருந்த ஒரே உறவான தாயையும் இழந்து விட கண்ணை கட்டிக் காட்டில் விட்ட கதையாக என்ன நடக்கிறது என்பது புரியாமலே அனைத்தையும் இழந்து நின்றாள் கல்யாணி.

வாழ்க்கையின் மீதான நம்பிக்கையை இழந்து விரக்தியின் உச்சிக்கே சென்று விட்டாள் கல்யாணி.

தன் வாழ்வில் இனி இழப்பதற்கு என்ன இருக்கிறது இந்த உயிரை தவிர என்றெண்ணி தானும் இறந்து விடலாம் என்று அவள் துணியும் போதெல்லாம் பால்மனம் மாறாத தான் பெற்றெடுத்த பச்சிளம் குழந்தையின் முகம் கண் முன் வர தற்கொலையை தள்ளி வைத்தாள்.

தன் வாழ்வு முடிந்து விட்டது தன் குழந்தைக்காகவே வாழ்வதென்று முடிவெடுத்த தருணத்தில் தான் பாபுவின் சிநேகம் அவளுக்கு வாழ்க்கையின் மீதான நம்பிக்கையை கொடுத்தது.

புதியதோர் வாழ்வு தனக்கும் அமையும் என்ற எண்ணமும் மீண்டும் இந்த செடியில் மலர்கள் பூக்கும் என்ற ஆசையும் அவளின் ஆழ்மனதில் துளிர் விட்டது.

பாபு 25 வயதேயான கட்டிளம் காளை.கலையான முகம் ஒரு தனியார் நிறுவனத்தில் மேலாளராக வேலை பார்க்கிறான்.அவன் வீட்டின் அருகில் தான் சொற்ப வாடகைக்கு குடியேறினாள் கல்யாணி.

பாபுவிற்கு ஊனமுற்ற தாய் காமாட்சி மட்டுமே வேறு உறவென்று யாருமில்லை.

தனியாக இருக்கும் காமாட்சிக்கு கல்யாணியின் அன்பான பேச்சும் அவளின் அணுகுமுறையும் கல்யாணியின் குழந்தை பாட்டி!! பாட்டி!!..

என்று தன்னை வாஞ்சையோடு அணைத்து கொள்வதும் பேரின்பமாக இருந்தது.

உறவுகளை இழந்த இந்த இருவர்களும் புதிய உறவு மலர்ந்து.

இந்த உறவே கல்யாணியின் மனதில் காதல் அரும்ப காரணமாயும் இருந்து.

சொத்துக்களை சேர்த்து வைத்த பெற்றோர்களையே முதியோர் இல்லத்தில் சேர்க்கும் இந்த காலத்தில் தன் ஊனமுற்ற தாயாரை குழந்தை போல பாவித்து பணிவிடைகளை செய்யும் பாபுவின் உயர்ந்த உள்ளமே அவன் மேல் கல்யாணிக்கு காதல் வர காரணமாயிருந்து.

பாபுவின் மனதிலும் அவள் மேல் பரிதாபமும் அன்பும் இருந்தது. இருவருமே வெளியில் அதிகம் பேசிக் கொள்வதில்லை என்ற போதிலும் உள்ளுக்குள் உறவாடிக் கொண்டுதான் இருந்தார்கள்.

தாயார் தன் காதலை ஏற்றுக் கொள்வாரா என்ற ஐயமும் அவளிடம் நெருங்குவதை தடுத்தது.

இன்னொரு புறம் காமாட்சிக்கும் தன் மருமகளாக கல்யாணி இருந்திருக்க கூடாதா என்ற எண்ணம் எழ தான் செய்யும்.

இப்படி மூன்று பேர் உள்ளத்திலும் ஒரே எண்ண ஓட்டம் இருந்த போதிலும் மற்றவர் எண்ண நினைப்பார்களோ என்ற நினைப்பிலேயே எதையும்

வெளிக்காட்டாமல் இருக்க...

ஒரு நாள் பாபுவின் தாயாரும் கல்யாணியும் அளவளாவிக் கொண்டிருக்கையில்

கல்யாணியின் குழந்தை

அம்மா! !..

"பாபு மாமா எனக்கு அப்பாவா இருந்தா நல்லா இருக்கும்ல"...

-ன்னு வெகுளியாக சொல்ல

காமாட்சியின் கண்ணிலும், கல்யாணியின் கண்ணிலும் தாரை தாரையாக கண்ணீர் கொட்ட கல்யாணி குழந்தையின் வாயடைக்க போனால்...

உடனே காமாட்சி கல்யாணி எதுக்கு குழந்தையோட வாயை அடைக்கிற அவள் தப்பா எதுவும் சொல்லல.

ரொம்ப நாளா நானே யோசிச்சுக்கிட்டு இருந்த விசயத்தை குழந்தை பட்டுன்னு போட்டு உடைச்சுட்டா!!..

வாழ்க்கையில் என்னைக்கோ நடந்த தப்புக்காக வாழ் நாள் முழுவதும் கஷ்டப்படனுமா என்ன!! ..

உனக்கு என் மகனை கட்டிக்க சம்மதமா?.. ன்னு பாபுவின் அம்மா கேட்க பேச வார்த்தையில்லாமல் கண்ணீரோடு காலில் விழுந்தால் கல்யாணி.

ஆனாலும் என் மகன் மனசுல என்ன இருக்கோன்னு பாபுவின் அம்மா சொல்ல நினைக்கும் போதே அம்மா உங்கள் விருப்பமே என் விருப்பம் என்று உள்ளிருந்து குரல் கொடுத்தான் பாபு தன் ஆசை நிறைவேறிய சந்தோசத்தில்...

...